കഥ പറയുന്ന മുത്തശ്ശി

Kadha parayunna muthassi
Childrens' Literature

Hareesh R Namboothirippadu

CHINTHA PUBLISHERS
Thiruvananthapuram

First Edition
February 2021

Second Edition
First Impression
March 2022

Published & Typesetting
Chintha Publishers, Thiruvananthapuram

Printed at
Time offset printers, Thiruvananthapuram

Cover Design
Ratheesh vincent

Illustration
Subin Abraham

ISBN : 978-93-90301-41-6

CR - 3147 / 5952

Email: chinthapublishers@gmail.com
Website: www.chinthapublishers.com

A version is available at National Libraries
Kolkata, Mumbai, Chennai and Delhi

Distribution
DESHABHIMANI BOOKHOUSE
H O Thiruvananthapuram 695035

Branch
Head Office Kunnukuzhi • Statue Thiruvananthapuram
KSRTC Bus Terminal Thampanoor • Saphalyam Complex Thiruvananthapuram
KSRTC Bus Station Alappuzha • KSRTC Bus Station Ernakulam
Machingal Lane Thrissur • IG Road Kozhikode
Mavoor Road Kozhikode • NGO Union Building Kannur
Central Bus Terminal Complex Thavakkara Kannur

കഥ പറയുന്ന മുത്തശ്ശി

ഹരീഷ് ആർ നമ്പൂതിരിപ്പാട്

ചിന്ത പബ്ലിഷേഴ്സ്
തിരുവനന്തപുരം-695 035

ഹരീഷ് ആർ നമ്പൂതിരിപ്പാട്

എറണാകുളം ജില്ലയിലെ മൂവാറ്റുപുഴ താലൂക്കിൽ, കാക്കൂർ കാഞ്ഞിരിപ്പിള്ളി മനയിൽ, രാമൻ നമ്പൂതിരിപ്പാടിന്റെയും നളിനി അന്തർജനത്തിന്റെയും മകനായി ജനിച്ചു.

സെന്റ് മേരീസ് യു പി, സ്കൂൾ അഞ്ചൽപ്പെട്ടി, ശ്രീകൃഷ്ണ ഹൈസ്കൂൾ, ആനന്ദപുരം, ഗവ. കോളേജ് മണിമലക്കുന്ന്, ടി ഡി ടി ടി ഐ മട്ടാഞ്ചേരി എന്നിവിടങ്ങളിലെ വിദ്യാഭ്യാസത്തിനുശേഷം രാമമംഗലം ഹൈസ്കൂളിൽ യു പി വിഭാഗം അദ്ധ്യാപകനായി സേവനമനുഷ്ഠിക്കുന്നു. ബാലസാഹിത്യം, പുരാണം, വൈജ്ഞാനികം, നർമ്മം എന്നീ മേഖലകളിലായി നാല്പതിലേറെ പുസ്തകങ്ങൾ പ്രസിദ്ധീകരിച്ചു. *മാതൃഭൂമി* ബാലപംക്തിയിലൂടെ സാഹിത്യജീവിതം ആരംഭിച്ചു. *ജന്മഭൂമി, മാധ്യമം ദിനപ്പത്രങ്ങൾ, കേസരി, ബാലരമ, ബാലഭൂമി, ബാലമംഗളം, മലർവാടി, കളിക്കുടുക്ക, മിന്നാമിന്നി, ചെറുസൂനം, കളിവീണ* മുതലായ ബാലപ്രസിദ്ധീകരണങ്ങളടക്കം നിരവധി ആനുകാലികങ്ങളിൽ കഥകളും കവിതകളും പ്രസിദ്ധീകരിച്ചു വരുന്നു.

കൃതികൾ: *കുഞ്ഞിക്കവിതകൾ, പൊൻകണി, മഴമുത്ത്, പുരാണകഥകൾ, പുരാണകഥാമാല, ശിവകഥാമാല, ശ്രീ ഭദ്രകാളിചരിതം, ഇതിഹാസകഥകൾ, മാമ്പഴം, കാനന പ്രൈമറി സ്കൂൾ ഇംഗ്ലീഷ് മീഡിയം, നളചരിതം, വിശ്വമഹാകവി കാളിദാസൻ, ഐതിഹ്യമാലയിലെ ആനക്കഥകൾ, ഐതിഹ്യമാലയിലെ രസികന്മാർ, സാഹിത്യ ക്വിസ്, മെഗാക്വിസ്, സയൻസ് ക്വിസ്, സൂപ്പർ ക്വിസ്, എൽ ഡി സി 2020, സ്കൂൾ ക്വിസ്, വാട്സ്ആപ്പ് ഫലിതങ്ങൾ, നഴ്സറി ഗാനങ്ങൾ, അമ്മുവിന്റെ കുഞ്ഞിമാളു, മഹാമാന്ത്രിക കഥകൾ, കുഞ്ഞുണ്ണിയും വല്ല്യുണ്ണിയും, ന്യൂജെൻ കഥകൾ, തക്കാളിക്കല്യാണം, ഗുണപാഠകഥകൾ, ഹയ്യോ മീശ, മരതകദ്വീപ്, ന്യൂജെൻ ജോക്ക്സ്, അമ്മച്ചിറക്, ചിന്നുവിന്റെ പട്ടുകുപ്പായം, ആനക്കുപ്പായം, ദിനചരണക്കവിതകൾ, അമ്പട! അമ്പയറേ.*

ഭാര്യ : സൗമ്യ ഹരീഷ്
മകൻ : അഭിനവ് എച്ച് നമ്പൂതിരിപ്പാട്
സഹോദരി : സുപ്രിയ ഒളപ്പമണ്ണ
വിലാസം : കാഞ്ഞിരപ്പിള്ളി മന,
കാക്കൂർ പി ഒ, കൂത്താട്ടുകുളം,
പിൻ – 686662
Phone : 9495317176
email : hariyohara@gmail.com

ഉള്ളടക്കം

പ്രസാധകക്കുറിപ്പ്

കഥപറയുന്ന മുത്തശ്ശിയും കഥകേൾക്കുന്ന കുട്ടിയും ജീവിതചക്രത്തെ വിളക്കിച്ചേർക്കുന്ന കണ്ണികളാണ്. ബാലകുതൂഹലത്തിലേക്ക് വിസ്മയസഞ്ചികൾ തുറന്ന് കഥാമുത്തുകൾ ചൊരിയുന്ന മുത്തശ്ശിമാരും കണ്ണും കാതും തുറന്ന് നാളേക്കുള്ള ഭാവനകൾ നട്ടു മുളപ്പിക്കുന്ന കുട്ടികളും മാറ്റം വരാത്ത സങ്കല്പങ്ങളാണ്. മുത്തശ്ശി കുട്ടിയായും മാറും. എന്നാൽ കഥകൾ അനുസ്യൂതമായി പ്രവഹിച്ചുകൊണ്ടേയിരിക്കും. വായിച്ചുകൊടുക്കാനും കുട്ടികൾക്കു വായിച്ചു രസിക്കാനുമായി ഒരു പുസ്തകം.

ചിന്ത പബ്ലിഷേഴ്സ്

കഥപറയുന്ന മുത്തശ്ശി

"**മു**ത്തശ്ശീ, ഒരു കഥ പറഞ്ഞുതരുമോ? "

ഉണ്ണിക്കുട്ടൻ ഓടിച്ചെന്ന് മുത്തശ്ശിയുടെ മടിയിൽ ഇരുന്നിട്ട് പറഞ്ഞു.

"ശരിയാ മുത്തശ്ശിക്ക് എന്തുമാത്രം കഥയാണറിയുകയെന്നോ. എനിക്കും കേൾക്കണം..."

അമ്മുക്കുട്ടിയും മുത്തശ്ശിയുടെ അരികിലെത്തി.

"ഓ... എന്തുകഥ? മുത്തശ്ശി പഴഞ്ചനായില്ലേ.. എന്റെ പഴങ്കഥയൊക്കെ ആർക്കാ വേണ്ടത്, ഇപ്പൊ എല്ലായിടത്തും ടി വിയും കമ്പ്യൂട്ടറും മൊബൈൽ ഫോണുമല്ലേ കഥയും കളിയും പാട്ടുകളുമെല്ലാം പറഞ്ഞു തരുന്നത്. കഥ പറയാൻ മുത്തശ്ശിമാർക്കും,കേൾക്കാൻ കുട്ട്യോൾക്കും എവിടെയാ നേരം?" മുത്തശ്ശി പറഞ്ഞു.

"ഏയ്....ഞങ്ങൾക്ക്, കമ്പ്യൂട്ടറും ഫോണുമൊന്നും വേണ്ട.....ഈ പുന്നാര മുത്തശ്ശിക്കഥ മതി." കുട്ടികൾ ഉറപ്പിച്ചു പറഞ്ഞു.

"ശരി, ഞാൻ നിങ്ങൾക്ക് കഥ പറഞ്ഞുതരാം.....പക്ഷേ, ഏറ്റവുമൊടുവിൽ, ചില ചോദ്യങ്ങൾ ചോദിക്കും. ശ്രദ്ധിച്ച് കഥ

കേട്ടാൽ മാത്രം "ഉത്തരം പറയാവുന്ന ചോദ്യങ്ങൾ എന്താ, സമ്മതമാണോ."

നൂറുവട്ടം സമ്മതം. കുഞ്ഞുങ്ങൾ ഉറച്ച ശബ്ദത്തിൽ പറഞ്ഞു.

തർക്കത്തിന്റെ ഫലം

സുധന്വാവ് ചക്രവർത്തിയുടെ പ്രധാന ഉപദേഷ്ടാവും രാജസദസ്സിലെ പ്രധാനപണ്ഡിത ശ്രേഷ്ഠനുമാണ് തേജബ്രഹ്മർ.

ഒരുദിവസം തേജബ്രഹ്മർ രാജനഗരം വിട്ട് അപരിഷ്കൃതരും സാധുക്കളുമായ കർഷകർ വസിക്കുന്ന ഗ്രാമപാതയിലൂടെ സഞ്ചരിക്കുകയായിരുന്നു. ഗ്രാമത്തിലെ പ്രധാന നാല്ക്കവലയിലെത്തിയ പണ്ഡിതനെ തിരിച്ചറിഞ്ഞ ഗ്രാമവാസികൾ അദ്ദേഹത്തിന് പലവിധ ഉപഹാരങ്ങളും സമ്മാനിച്ചു.

കുറച്ചു വൈകിയാണ് സാധുകർഷകനായ ജീവലൻ അവിടെയെത്തിയത്. അക്ഷരാഭ്യാസവും അറിവും തീരെയില്ലാത്ത ആ സാധുവിന് കുറച്ച് ബുദ്ധി വൈകല്യവുമുണ്ടായിരുന്നു.

പണ്ഡിതനെക്കണ്ട ഉടൻ ജീവലൻ ചോദിച്ചു:

“ഞങ്ങടെ നാട്ടിലെപ്പോലെ എല്ലായിടത്തും സൂര്യൻ തെക്കല്ലേ ഉദിക്കുന്നത്?. എന്നിട്ട് വടക്കേ കടലിൽ മുങ്ങിപ്പോകും അല്ലേ സാമീ..”

ഇതുകേട്ട് തേജബ്രഹ്മർ ഉറക്കെ പൊട്ടിച്ചിരിച്ചുകൊണ്ട് പറഞ്ഞു:

“മരമണ്ടച്ചാരെ, സൂര്യൻ ഒരിടത്തും തെക്ക് ഉദിക്കുകയില്ല, വടക്ക് അസ്തമിക്കുകയുമില്ല. എല്ലാ നാട്ടിലും സൂര്യൻ കിഴക്കുദിച്ച് പടിഞ്ഞാറസ്തമിക്കും അത്രതന്നെ.”

“ഓ, പിന്നെ അതിനിത്തിരി പുളിക്കും. സൂര്യനുദിക്കണത്

തെക്കേ വശത്താണ്. കെഴക്കുദിക്കണത് ഞങ്ങളാരും കണ്ടിട്ടില്ല." ജീവലൻ തറപ്പിച്ചു പറഞ്ഞു.

തർക്കം മൂത്ത് വഴക്കായി, അടിപിടിയായി. ജീവലൻ പണ്ഡിതനെ അടിച്ചുവീഴ്ത്തി. സംഭവം ഗൗരവമുള്ളതായി മാറി, രാജഭടൻമാർ ജീവലനെ മർദ്ദിച്ചവശനാക്കി കൊട്ടാരത്തിലെത്തിച്ചു.

രാജസഭകൂടി വിചാരണ ആരംഭിച്ചു. സുധന്വാവ് വിധി പ്രസ്താവിച്ചു. "ആരവിടെ ഈ സാധുവിനെ മോചിപ്പിച്ച് വീട്ടിലെത്തിക്കൂ. പരിക്കുകൾ ഭേദമാകുംവരെ ജീവിക്കാനുള്ള വകയും നല്കിവേണം അയയ്ക്കാൻ."

സഭാവാസികൾ അന്തംവിട്ട് വാ പൊളിച്ചു. അവർ പരസ്പരം കുശുകുശുത്തു.

"ഇതെന്തു ന്യായം. ഇതാണോ നീതി."

പണ്ഡിതൻ അട്ടഹസിച്ചു. ചക്രവർത്തി പറഞ്ഞു:

"ശബ്ദിക്കരുത്. ഇത് രാജസഭയാണ്. ഈ സ്വഭാവമാണ് താങ്കളെ കുഴിയിൽ ചാടിച്ചത്."

"എങ്കിലും കുറ്റം ചെയ്ത ആളെ ശിക്ഷിക്കണ്ടേ..." മറ്റു പണ്ഡിതർ ചോദിച്ചു.

"തീർച്ചയായും. വിലപ്പെട്ട അറിവും സമയവും പാഴാക്കി അറിവില്ലാത്ത ഒരു സാധുവിനോട് വെറുതെ തർക്കിച്ച പണ്ഡിതന് ഇനിയെന്റെ സഭയിൽ സ്ഥാനമില്ല. സ്വന്തം നിലമറന്ന് പെരുമാറിയ ഇയാൾക്ക് മുക്കാലിയിൽ കെട്ടി നൂറ്റൊന്ന് ചാട്ടവാറടി നല്കട്ടെ."

സുധന്വാവ് തുടർന്നു:

"തന്നിൽ എളിയവരെ ബഹുമാനിക്കാതെ അറിവില്ലാത്തവരോട് തർക്കത്തിന് പോയ ഈ പണ്ഡിതന് ഇതാണ് ഏറ്റവും ചെറിയ ശിക്ഷ. ഓർമ്മയിരിക്കട്ടെ. എല്ലാവർക്കും ഇതൊരു പാഠമായിരിക്കട്ടെ."

പണ്ഡിതശ്രേഷ്ഠന്മാർ ലജ്ജിച്ച് തല താഴ്ത്തി.

സ്ഥാനമാനങ്ങൾ നഷ്ടപ്പെട്ട് ശിക്ഷയും ഏറ്റുവാങ്ങി നാടുവിട്ടുപോയി പണ്ഡിതനെന്ന് അഹങ്കരിച്ച തേജബ്രഹ്മർ.

കടലാസു തുണ്ടുകൾ

ഒരിടത്ത് ഒരു വൃദ്ധനുണ്ടായിരുന്നു.... അയാൾക്ക് തന്റെ അയൽവാസിയെ, ഒട്ടും ഇഷ്ടമായിരുന്നില്ല. ആ ചെറുപ്പക്കാരനെക്കുറിച്ച് പലവിധ നുണകളും അയാൾ പറഞ്ഞു പരത്തി.

"ഏയ് കേട്ടില്ലേ, എന്റെ അയൽവാസി പെരുംകള്ളനാണ്. അയാൾ കളവുമുതലുമായി വരുന്നത് ഞാൻ കാണാറുണ്ട്, പലപ്പോഴും. അത് രഹസ്യമായി കുഴിച്ചിടുന്നതും കാണാം."

അപവാദം കാട്ടുതീപോലെ പടർന്നു. പാവപ്പെട്ട ആ ചെറുപ്പക്കാരനെ നിയമപാലകർ സംശയാസ്പദമായി തടവിലിട്ടു. താമസിയാതെ അയാളുടെ നിരപരാധിത്തം ബോദ്ധ്യമായ ന്യായാധിപൻ അയാളെ വെറുതെ വിട്ടു.

വൃദ്ധനെ കോടതിയിൽ വിളിച്ചുവരുത്തിയ ന്യായാധിപൻ ചോദിച്ചു:

"താങ്കൾമൂലം ഒരു നിരപരാധി ശിക്ഷയേറ്റുവാങ്ങേണ്ടി വന്നതിൽ ഒട്ടും കുറ്റബോധം തോന്നുന്നില്ലേ..."

"അത്... അത്.... ഞാൻ വെറുതെ തമാശയ്ക്ക് പറഞ്ഞതാ. ആരെയും മനഃപൂർവ്വം ദ്രോഹിക്കാൻ ഉദ്ദേശിച്ചതല്ല... " വൃദ്ധൻ മറുപടി പറഞ്ഞു.

"ഓഹോ എന്നാൽ ഒരു കാര്യം ചെയ്യൂ... ഇപ്പോൾത്തന്നെ ഒരു കടലാസെടുത്ത് താങ്കൾ പറഞ്ഞ വാചകങ്ങൾ വലിയ

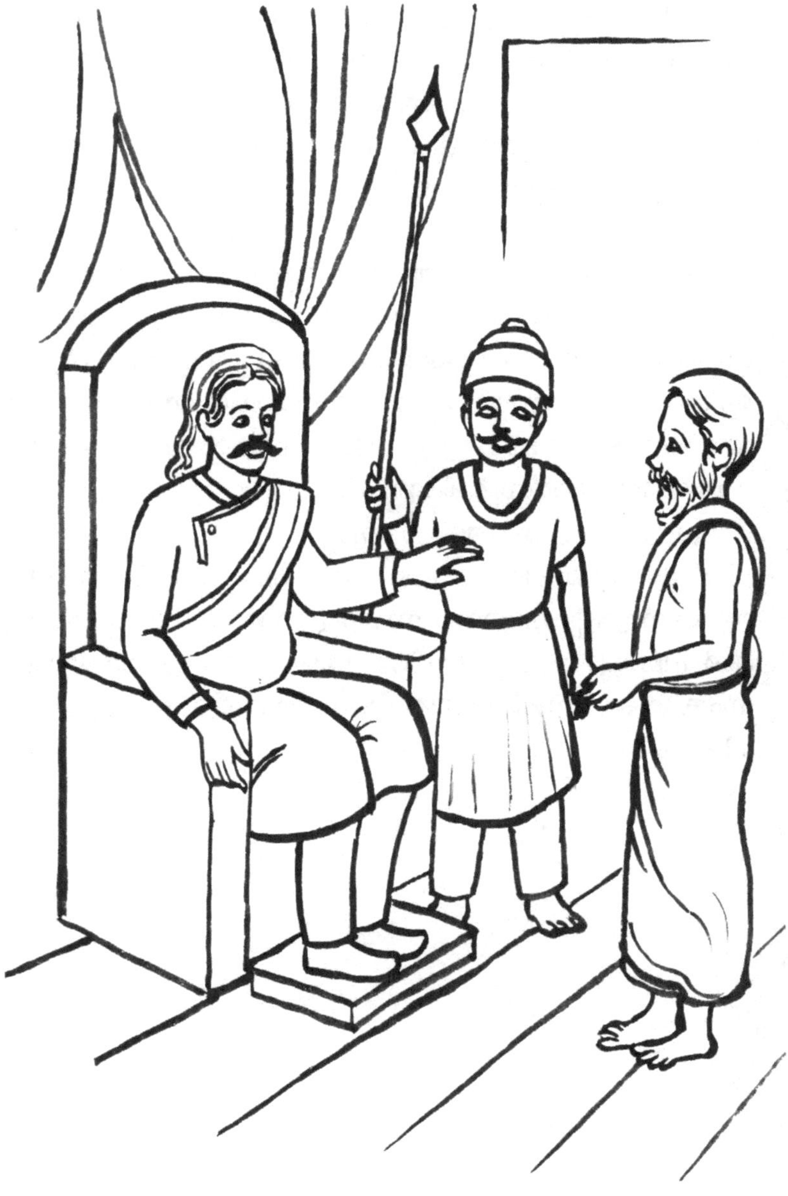

അക്ഷരത്തിലെഴുതുക."

വൃദ്ധൻ അപ്രകാരം ചെയ്തു.

"ശരി.. ഇനി ഓരോ വാചകങ്ങളും, ചെറിയ ചെറിയ തുണ്ടുകളായി മുറിക്കുക. തുണ്ടുകടലാസുകൾ പോകുംവഴി, പലസ്ഥലങ്ങളിലായി വിതറുക. എന്നിട്ട് നാളെ വരിക." ജഡ്ജി അറിയിച്ചു.

പിറ്റേന്ന് വൃദ്ധൻ കോടതിയിൽ ഹാജരായി.

"ഇന്നലെ എഴുതിയ കടലാസ് തുണ്ടുകൾ പോയി എടുത്തു കൊണ്ടുവരൂ..." എന്നായി ജഡ്ജി.

"അയ്യോ.. അതെങ്ങനെ പറ്റും. അവ കാറ്റത്ത് പറന്നു പോയിട്ടുണ്ടാകും.. പിന്നെങ്ങനെ കിട്ടാനാണ്."

"ശരിയാണ് അവ കാറ്റത്ത് പാറി നാടുമുഴുവനും പരന്നിട്ടുണ്ടാകും... ഇതുപോലെ തന്നെയാണ് അപവാദവും...നാം ആരോടെന്നില്ലാതെ പറയുന്ന വാക്കുകൾ നാടുമുഴുവനും പരക്കാൻ അധികസമയം വേണ്ട. ഇനി മേലിൽ ഇത്തരം വാക്കുകൾ ഉപയോഗിക്കുമ്പോൾ സൂക്ഷിക്കണം."

വൃദ്ധൻ തല താഴ്ത്തി നിന്നു...

"നാം എന്തുപറയുമ്പോഴും രണ്ടുവട്ടം ചിന്തിച്ച് ദോഷകരമല്ല എന്ന് ഉറപ്പുവരുത്തണം. നാം നിസ്സാരമെന്ന് കരുതുന്ന വാക്കുകൾ പലപ്പോഴും മറ്റുള്ളവർക്ക് ദോഷകരമാകും. അതിനാൽ സംസാരിക്കുമ്പോൾ ശ്രദ്ധിക്കുക. വാക്കുകൾ സൂക്ഷിച്ചുപയോഗിക്കുക."

തിരിച്ചറിവ്

മഹേന്ദ്രപുരത്തെ രാജാവായിരുന്നു വീരസേനൻ. ക്രൂരനും തന്നിഷ്ടക്കാരനുമായ രാജാവിനെ പ്രജകൾക്കെല്ലാം ഭയമായിരുന്നു.

അദ്ദേഹത്തിന്റെ രാജധാനിക്ക് സമീപം, പ്രത്യേകമായി തയ്യാറാക്കിയ കൂടുകളിൽ പത്ത് വേട്ടപ്പട്ടികളെ സൂക്ഷിച്ചിരുന്നു. ചെറിയ തെറ്റ് ചെയ്യുന്നവരെപ്പോലും, പട്ടികൾക്ക് മുന്നിലെറിഞ്ഞുകൊടുക്കുക രാജാവിന്റെ വിനോദമായിരുന്നു.

അദ്ദേഹത്തിന്റെ വിശ്വസ്തനും സന്തതസഹചാരിയുമായ മന്ത്രി ധർമ്മസേനന്, രാജാവിന്റെ തീരുമാനങ്ങൾ തീരെ ഇഷ്ടമായിരുന്നില്ല. എങ്കിലും നിവൃത്തികേടുകൊണ്ട് അദ്ദേഹം രാജാവിനെ അനുസരിച്ചുപോന്നു.

ഒരുദിവസം, രാജാവിന്റെ തീരുമാനങ്ങളെ എതിർത്തു സംസാരിച്ചു എന്ന കുറ്റത്തിന് ധർമ്മസേനനെ പട്ടിക്കൂട്ടിലെറിഞ്ഞുകൊടുക്കാൻ രാജാവ് ഉത്തരവിട്ടു.

"മഹാരാജൻ, കഴിഞ്ഞ പത്തുവർഷം അങ്ങയുടെ നിഴലുപോലെ കൂടെനടന്ന അടിയന് ഇത്രയും കടുത്ത ശിക്ഷ നല്കണോ? ദയവായി ഒരു പത്തുദിവസത്തെ സാവകാശം കൂടി, അടിയനു തരണം."

രാജാവ് സമ്മതിച്ചു. മന്ത്രി ഉടൻതന്നെ പട്ടിക്കൂടിന് സമീപ

മെത്തി. അവയുടെ സൂക്ഷിപ്പുകാരനെ പാട്ടിലാക്കി. പത്തുദിവസത്തേക്ക് പട്ടികളുടെ പരിചരണം ഏറ്റെടുത്തു.

പത്തു ദിവസക്കാലം ധർമ്മസേനൻ പട്ടികൾക്കൊപ്പം ചെലവഴിച്ചു... അവയെ കുളിപ്പിച്ചു... കൂടു വൃത്തിയാക്കി ഇഷ്ടപ്പെട്ട ഭക്ഷണം നല്കി അവയെ മെരുക്കി. പത്തുദിവസംകൊണ്ട് പട്ടികൾക്ക് പ്രിയങ്കരനായി മാറാൻ ബുദ്ധിമാനായ മന്ത്രിക്ക് എളുപ്പം കഴിഞ്ഞു.

പത്തുദിവസം കടന്നുപോയി, ശിക്ഷ നടപ്പിലാക്കേണ്ട ദിവസമായി. രാജാവ് ഭടന്മാരെ വിളിച്ചു മന്ത്രിയെ പട്ടികൾക്കെറിഞ്ഞുകൊടുക്കാൻ കല്പിച്ചു.

മന്ത്രിയെ കടിച്ചുകീറുന്ന കാഴ്ച പ്രതീക്ഷിച്ചുനിന്ന രാജാവിനെയും പരിവാരങ്ങളെയും അമ്പരപ്പിച്ചുകൊണ്ട് പട്ടികൾ വാലാട്ടിക്കൊണ്ട് ധർമ്മസേനന്റെ കാലിൽ നക്കിക്കൊണ്ട് നന്ദിയോടെ നിന്നു.

"എന്റെ പട്ടികൾക്കെന്തുപറ്റി.."

വീരസേന മഹാരാജാവ് അലറി.

"വെറും പത്തു ദിവസം, തങ്ങളെ സേവിച്ച എന്നെ, ഈ മൃഗങ്ങൾ മറന്നില്ല. എന്നാൽ നീണ്ട പത്തുവർഷക്കാലം അങ്ങയെ സേവിച്ചതിന് കിട്ടിയ പ്രതിഫലമോ.."

വീരസേനന് തന്റെ തെറ്റ് മനസ്സിലായി. അദ്ദേഹം, പട്ടികളെ സ്വതന്ത്രരാക്കി. തന്റെ തെറ്റുകൾ മനസ്സിലാക്കിത്തന്ന മന്ത്രിക്ക് പാരിതോഷികങ്ങൾ നല്കി.

ചിന്റുവിന്റെ മാനസാന്തരം

"**ചി**ന്റു എടാ ചിന്റു "

അമ്മ ഉറക്കെ വിളിച്ചു. ആരുകേൾക്കാൻ? അവൻ ഒരു തുമ്പി യെപ്പിടിച്ച് വാലിൽ നൂലുകെട്ടി കല്ലെടുപ്പിക്കാൻ ശ്രമിക്കുകയാ ണ്. ചിന്റുവിന്റെ സ്വഭാവം അതാണ്, ജീവനുള്ള എന്തിനെക്ക ണ്ടാലും അവൻ വെറുതെ വിടില്ല.

അച്ഛനുംഅമ്മയും ഉപദേശിച്ചും ശാസിച്ചും തല്ലിയും നോക്കി. ഒരു ഫലവുമില്ല.

ഒരുദിവസം അവനൊരു തത്തയെക്കിട്ടി. ഇടുങ്ങിയ ഒരു വല ക്കൂട്ടിൽ അതിനെ അടച്ചുപൂട്ടിയിട്ടു.

ആ സമയത്താണ് ദുബായിലുള്ള അമ്മാവൻ നാട്ടിലെത്തി യത്. വിവരങ്ങൾ മനസ്സിലാക്കിയ അദ്ദേഹം എന്തോ തീരുമാനി ച്ചുറപ്പിച്ചു.

അയാൾ അമ്മയോട് പറഞ്ഞ് മുറ്റത്തെ പട്ടിക്കൂട് വൃത്തിയാ ക്കിച്ചു. എന്നിട്ട് അതിൽ ചിന്റുവിന് ഇഷ്ടമുള്ള ആഹാരസാധ നങ്ങൾ കൊണ്ടുവച്ചു.

എന്തോ വികൃതി കാട്ടാനുറച്ച് രാവിലെ എഴുന്നേറ്റുവന്ന ചിന്റുവിനെ അമ്മാവൻ ബലമായി പട്ടിക്കൂട്ടിലിട്ടുപൂട്ടി.

ചിന്റു ആദ്യം അലറിക്കൂവി, ചീത്തവിളിച്ചു, ആഹാരമെല്ലാം തട്ടിത്തെറിപ്പിച്ചു. ബഹളംകേട്ട് ആളുകൾ ഓടിക്കൂടി. അവർ

ആർത്തു ചിരിച്ചു.

ചിന്റുവിന്റെ ശൗര്യം കൂടി. അവൻ അവരെ ചീത്ത വിളിച്ചു. ലഹള കൂട്ടി. ക്രമേണ അവൻ തളർന്നു. വിശപ്പും ദാഹവും കോപവും ദുഃഖവുംമൂലം ചിന്റു വലഞ്ഞു. അമ്മാവന്റെ നിർദ്ദേശപ്രകാരം എല്ലാവരും പിരിഞ്ഞു.

തനിച്ചായ ചിന്റു പൊട്ടി പൊട്ടി കരഞ്ഞു. കണ്ണീരൊലിപ്പിച്ച് തേങ്ങിത്തേങ്ങി കരഞ്ഞു. അമ്മാവൻ വന്ന് പട്ടിക്കൂട് തുറന്നു. ഒപ്പം അമ്മയും വന്നു.

ചിന്റു പുറത്തിറങ്ങി ഓടിച്ചെന്ന് അമ്മയെ കെട്ടിപ്പിടിച്ചു.

ഏതായാലും തടവറയുടെ ഭീകരത തിരിച്ചറിഞ്ഞ ചിന്റു കുസൃതി വെടിഞ്ഞ് മിടുക്കനായി.

പച്ചക്കറി കലഹം

പലതരം പഴങ്ങളുംപച്ചക്കറികളും നിറഞ്ഞ ഒരു തോട്ടം. അവിടെയുള്ളവർ തമ്മിൽ കലഹമായി. മുളകാണ് തുടങ്ങിവച്ചത്.

"പച്ചക്കറികളുടെ രാജാവാണ് ഞാൻ. പച്ചനിറത്തിലും പഴുത്തുചുവന്നും നില്ക്കുന്ന ഞങ്ങളെക്കാണാൻ എന്തു ചന്തമാണ്."

"ഓ.... ഒരു പഴുത്തുതുടുക്കൽ.. തക്കാളിപോലെ ചുവന്നു തുടുത്ത മറ്റേത് പച്ചറിയുണ്ട്."

തക്കാളി മുളകിനോട് എതിരിട്ടു.

"ചന്തത്തിന്റെ കാര്യത്തിൽ ഞാനെന്താ മോശമാണോ.. സുന്ദരിമാരുടെ വിരൽപോലെ നീണ്ടുമെലിഞ്ഞതല്ലേ ഞങ്ങൾ...?" വെണ്ടയ്ക്ക പറഞ്ഞു. "ഞങ്ങളില്ലാത്ത സാമ്പാറുണ്ടോ...?"

"ഓ.... പിന്നേ സാമ്പാറുകാരൻ വന്നേക്കണ്... സവാളയില്ലാത്ത സാമ്പാറുണ്ടോ ഇപ്പോൾ..?" ഒരു സവാള ചാടിപ്പറഞ്ഞു.

"ഹും ..ഒരു സ..വാള.. തൊലി പൊളിച്ചാൽ അറിയാം ഉള്ളിൽ ഒന്നുമില്ലെന്ന്." വഴുതന പറഞ്ഞു.

"ആർക്കുവേണം നിന്നെ?" എന്നായി പാവയ്ക്ക.

"ഒന്നുപോടാ കൈപ്പയ്ക്കേ..നിന്റെയൊരു രൂപവും ഭാവവും?" പടവലം കളിയാക്കി. "കീഴോട്ടു നീണ്ടുവളരുന്ന, നീയാണല്ലോ കേമൻ," മത്തങ്ങ പൊട്ടിച്ചിരിച്ചു..

"ഒന്നുപോടാ കുടവയറാ. നിന്റെ രൂപം കണ്ടാൽമതി." കുമ്പ

ളങ്ങ കുലുങ്ങിച്ചിരിച്ചു.

"മണ്ണിലിഴയുന്ന നീയും മിണ്ടണ്ട ചാരത്തിൽ കുട്ടനല്ലേ നീ." ചക്കപ്പഴം തടസ്സം പറഞ്ഞു...

"എന്റെ പൊന്നു ചക്കച്ചേട്ടാ, പഴങ്ങളുടെ രാജാവായ ഞാനില്ലേ

ഇവിടെ, പച്ചക്കറികൾക്കിടയിലും ഞാനുണ്ട് രാജാവായി, മാങ്ങാക്കറി ഇല്ലാത്ത ഊണുണ്ടോ?" മാങ്ങ പറഞ്ഞു.

"ഞങ്ങളെന്താ മോശക്കാരാണോ? മധുരപാനീയവും അച്ചാറുമായി ഞങ്ങൾ ഉണ്ട്, കല്യാണമാലയിലും ഈ നാരങ്ങയ്ക്ക് സ്ഥാനമുണ്ടല്ലോ?"

"ഒന്നുപോടാ പുളിയച്ചാരെ" എന്നു വിളിച്ചായി ചേനയുടെ മറുപടി.

"പോടാ ചൊറിയച്ചാരെ" എന്നുവിളിച്ച് പുളി നാരങ്ങയുടെ സഹായത്തിനെത്തി..

ഈ സമയത്ത് ഒരു നാളികേരം ഞെട്ടറ്റ് നിലത്തുവീണു. അത് പറഞ്ഞു "തേങ്ങയില്ലാത്ത കറിയുണ്ടോ, മാത്രമല്ല എല്ലാ മംഗളകാര്യങ്ങൾക്കും ഞങ്ങളുണ്ട് പക്ഷേ, ഞങ്ങൾക്കതിന്റെ അഹങ്കാരമില്ല.. നോക്കു ആ കണിവെള്ളരിയെ, അഴകും ആരോഗ്യവുമുള്ള അവൾ ഒരക്ഷരം മിണ്ടിയില്ലല്ലോ. അത്തരക്കാരെ വേണം, ബഹുമാനിക്കാൻ.." തേങ്ങയുടെ വാക്കുകൾ കേട്ട്, മറ്റെല്ലാവരും ലജ്ജിച്ചു തലതാഴ്ത്തി.

ധർമ്മപുരി

“ധർമ്മസേന മഹാരാജാവ് വിജയിക്കട്ടെ.

മഹാരാജൻ, അതിർത്തിയിൽനിന്ന് അത്ര ശുഭകരമല്ലാത്ത ഒരു സന്ദേശമുണ്ട്.”

പ്രധാനമന്ത്രി വീരേന്ദ്രൻ അറിയിച്ചതു കേട്ട് രാജാവ് ചോദിച്ചു.

“എന്തുപറ്റി.. ധനഞ്ജയ ചക്രവർത്തിയുടെ പടയൊരുക്കമുണ്ടോ നമുക്കെതിരെ?”

“അതേ തമ്പുരാനെ അങ്ങൂഹിച്ചത് വാസ്തവം.”

“ആരവിടെ? ഇന്ദ്രസേനകുമാരനോട് വരാൻ പറയൂ മന്ത്രിമുഖ്യാ..

ഉടൻ നമ്മുടെ സേനയെ സജ്ജമാക്കൂ.”

മഹാരാജാവ് യുദ്ധസന്നദ്ധനാവാൻ നിമിഷനേരംപോലും വേണ്ടിവന്നില്ല.

താരതമ്യേന ചെറിയ നാട്ടുരാജ്യമാണ് ധർമ്മപുരി. രാജ്യത്തിന്റെ കിഴക്കും വടക്കും ഫലഭൂയിഷ്ഠമാണ്. പടിഞ്ഞാറും തെക്കും ദരിദ്രവും.എന്നാൽ ധർമ്മസേനന്റെ നയചാതുരിമൂലം വിഭവങ്ങൾ സമാഹരിച്ച് പരസ്പരം പങ്കുവച്ച് സമൃദ്ധിയോടെ ജനങ്ങൾ വസിച്ചുപോന്നു.

കിഴക്കൻ മലയോരത്തെ ജലസമ്പത്ത് ചാലുകൾ കീറി വടക്കോട്ടൊഴുക്കി അവിടം കൃഷിയോഗ്യമാക്കിയത് ധർമ്മസേനനാണ്.

പടിഞ്ഞാറൻ ചതുപ്പിൽ പൊന്നുവിളയിക്കാൻ കഴിഞ്ഞതും ധർമ്മസേനന്റെ ബുദ്ധിയാണ്. തെക്കൻ കായൽ പ്രദേശത്ത് നെൽവയലുകൾ സജ്ജമാക്കി അവിടം നെല്ലറയാക്കിയ സാമർത്ഥ്യവും പ്രശംസനീയം തന്നെ. ജൈവവൈവിദ്ധ്യമാർന്ന ഈ നാടും സമ്പൽസമൃദ്ധിയുമാണ് ധനഞ്ജയ ചക്രവർത്തിയെ മോഹിപ്പിച്ചത്. യുദ്ധം ഒഴിവാക്കാനായിരുന്നു രണ്ട് വിഭാഗക്കാർക്കും ആഗ്രഹം. പക്ഷേ, എന്തുചെയ്യാം ആ വിപത്ത് ഒടുവിൽ വേണ്ടിവന്നു.

ചക്രവർത്തിയുടെ സേനയ്ക്കുമുന്നിൽ ഏറെനേരം പിടിച്ചു നില്ക്കാൻ ധർമ്മപുരി സൈന്യത്തിന് കഴിഞ്ഞില്ല. ഇന്ദ്രസേന കുമാരനും മന്ത്രിമാരും തടവിലാക്കപ്പെട്ടു.

ഒടുവിൽ ധർമ്മസേനനനും ചുരുക്കം ചില പടയാളികളും മാത്രമായി.

"ഹേ ധർമ്മസേന, താങ്കളെ ഞാൻ ഒന്നും ചെയ്യില്ല. താങ്കളുടെ കഴിവിൽ നമുക്ക് ബഹുമാനമുണ്ട്. അങ്ങയെ എന്റെ പ്രധാന ഉപദേഷ്ടാവാക്കാൻ ആഗ്രഹിക്കുന്നു. മാത്രമല്ല, രാജ പദവിക്കു തുല്യമായ സ്ഥാനമാനങ്ങളും തരാം. എന്താ സമ്മതമാണോ?"

"ക്ഷമിക്കണം ചക്രവർത്തി തിരുമനസ്സേ.. ആരുടെയും അടിമയാവാൻ ഞാനില്ല. അങ്ങേക്ക് എന്നെ വധിക്കാം."

ധർമ്മസേനൻ ഉറപ്പിച്ചു പറഞ്ഞു.

"എങ്കിൽ ശരി താങ്കളെ ഞാൻ മോചിപ്പിക്കുന്നു. പക്ഷേ, ബാക്കിയുള്ള സകലരും എന്റെ തടവിൽ കിടക്കും. ഒരു സാധാരണ പ്രജയായ് അങ്ങ് ഏതെങ്കിലും ഗ്രാമത്തിൽ ജീവിച്ചോളൂ."

ധനഞ്ജയന്റെ വാക്കുകേട്ട രാജാവ് ദുഃഖത്തോടെ നടന്നകന്നു.

രാജ്യത്തിന്റെ ഉൾപ്രദേശത്തുള്ള വനാതിർത്തിയിലെ ഒരു ഗ്രാമത്തിൽ ഒരു സാധാരണ കർഷകനായി ധർമ്മസേനൻ ജീവിതമാരംഭിച്ചു.

വർഷാവർഷം താല്ക്കാലിക തടയണകൾ നിർമ്മിച്ച് ജലം സംഭരിച്ച് വഴിതിരിച്ചുവിടുന്ന പതിവ് ധനഞ്ജയൻ നിർത്തലാക്കി.

ധർമ്മപുരിയിലെ പരമാവധി വിഭവങ്ങൾ ശേഖരിച്ച്

സ്വദേശത്തേക്ക് കൊണ്ട് പോകുകകൂടി ചെയ്തപ്പോൾ പൂർത്തിയായി.

രാജ്യം പട്ടിണിയിലേക്ക് നീങ്ങാൻ ഒട്ടും താമസമുണ്ടായില്ല.

ധർമ്മപുരിയിലെ ജനങ്ങൾ കൂട്ടം കൂട്ടമായി മഹാരാജാവിനെ അന്വേഷിച്ച് നെട്ടോട്ടമായി. ഒടുവിൽ ഗ്രാമത്തിലെ ചെറിയൊരു കുടിലിൽ കഴിയുന്ന ധർമ്മസേനനെ അവർ കണ്ടു.

പ്രജകളുടെ ദുഃഖം കണ്ട് മനസ്സലിഞ്ഞ രാജാവ് ഒട്ടും വൈകാതെ ചക്രവർത്തിയുടെ മുന്നിലെത്തി. "പ്രഭോ..അങ്ങ് നിർദ്ദേശിക്കുന്ന ഏത് വ്യവസ്ഥയും എനിക്ക് സമ്മതമാണ്. എന്റെ പ്രജകളെ രക്ഷിക്കണം. ഈ ഒരപേക്ഷ മാത്രമേ ഉള്ളൂ."

നിറകണ്ണുകളുമായി തനിക്ക് മുന്നിൽ നിന്ന ധർമ്മസേനനോട് ചക്രവർത്തി പറഞ്ഞു.

"അരുത്, അങ്ങ് ആരുടേയും അടിമയല്ല. ഇതാ ഈ നിമിഷം മുതൽ ഈ രാജ്യം താങ്കൾക്ക് സ്വന്തം. ക്ഷാമം നേരിടാനുള്ള എല്ലാ നടപടിയും തുടങ്ങിക്കോളൂ. താങ്കളുടെ പ്രജാസ്നേഹം എന്നെ അത്ഭുതപ്പെടുത്തുന്നു."

നല്ലവനായ ധർമ്മസേനനെ വീണ്ടും രാജാവായി വാഴിച്ചു.

രാജ്യം പഴയതിലും സമൃദ്ധിയോടെ പുരോഗതിയിലേക്ക് കുതിച്ചു.

സ്നേഹപ്പൂക്കൾ

ജിക്കുവും ജില്ലുവും സഹോദരങ്ങളാണ്. കാഴ്ചയിൽ ഒരു പോലെയിരിക്കുമെങ്കിലും സ്വഭാവത്തിന് യാതൊരു സാമ്യവുമുണ്ടായിരുന്നില്ല. ജിക്കുവിന് എപ്പോഴും കൂട്ടുകൂടി കുസൃതി കാട്ടി കളിച്ച് നടക്കാനാണ് താല്പര്യം. ജില്ലുവാകട്ടെ പ്രകൃതി ഭംഗി ആസ്വദിച്ച് പൂക്കളെയും ചെടികളെയും താലോലിച്ച് സമയം ചെലവഴിക്കും.

ഒരുദിവസം അവർ രണ്ടുപേരും കൂടി തകർന്നുകിടക്കുന്ന ഒരു പഴയ തറവാടിന്റെ മുറ്റത്ത് ചെന്നു. വിശാലമായ മുറ്റമുള്ള തിനാൽ അവിടെയാണ് പലപ്പോഴും ജിക്കു കൂട്ടുകാരൊത്ത് കളി ക്കാറുള്ളത്. അന്ന് മറ്റാരും ഇല്ലായിരുന്നു.

ജിക്കു തനിയെ മുറ്റത്ത് പന്തുതട്ടിക്കളിച്ചു. അവനത് ശീല മാണ്. ജില്ലുവിനെ നിർബ്ബന്ധിച്ചാലും വരില്ലാത്തതിനാൽ ജിക്കു സ്വയം കളിച്ചുശീലിച്ചതാണ്.

ജില്ലു ആദ്യമായിട്ടാണ് ആ സ്ഥലം കാണുന്നത്. ഒരു സ്വപ്ന ലോകത്തെന്നപോലെ അവനാ പറമ്പിൽ ചുറ്റിനടന്നു. അവന് ആ സ്ഥലം വളരെ ഇഷ്ടമായി. ജിക്കു വിളിച്ചപ്പോൾ മടിച്ചുമടി ച്ചാണ് തിരികെപ്പോയത്.

പിറ്റേദിവസം നേരം വെളുത്തപ്പോൾത്തന്നെ ജില്ലു ആരു

മറിയാതെ പഴയ കളിസ്ഥലത്തെത്തി. സൂക്ഷ്മതയോടെ ഓരോന്നും നോക്കിക്കണ്ടു.

പറമ്പിനു നടുവിൽ വിടർന്നുനില്ക്കുന്ന ഒരു പൂവ് അവന്റെ ശ്രദ്ധയിൽപ്പെട്ടു. ജില്ലു ആ പൂവിനെ തൊട്ടുതലോടി.

പിറ്റേദിവസവും ജില്ലു ആ പൂവ് തേടി അവിടെയെത്തി. അപ്പോഴതാ ഒരു ശബ്ദം.

"കുഞ്ഞേ നീ ഭയപ്പെടേണ്ട... ഞാൻ ഒരു മാന്ത്രികപുഷ്പമാണ്. നന്മയുള്ളവർ സ്പർശിച്ചാൽ എന്റെ നിറം സ്വർണ്ണവർണ്ണമാകും. പാപികൾ തൊട്ടാൽ ഞാൻ കറുത്ത് കരിക്കട്ടപോലെയാകും. നിന്റെ നന്മമൂലമാണ് ഞാനിപ്പോൾ സ്വർണ്ണനിറമായത്."

ജില്ലു ആശ്ചര്യത്തോടെ പൂവിന്റെ വാക്കുകൾ കേട്ടു. അവൻ ആ രഹസ്യം ആരോടും പറഞ്ഞില്ല.

അവധിക്കാലമായതിനാൽ ജില്ലുവിന് ഇഷ്ടംപോലെ സമയമുണ്ട്. അവൻ പതിവായി പൂവിനെ സന്ദർശിച്ച് വിശേഷങ്ങൾ പങ്കുവച്ചുപോന്നു.

അപ്രതീക്ഷിതമായാണ് കാര്യങ്ങൾ തകരാറിലായത്.

ജില്ലുവിന്റെ അച്ഛൻ ഒരുദിവസം തലചുറ്റി വീണു. ആശുപത്രിയിൽ അഡ്മിറ്റായി.

അദ്ദേഹത്തിന് എന്തോ മാരകമായ രോഗമാണ്. ജില്ലു ആകെ തളർന്നുപോയി. പിറ്റേന്ന് കരഞ്ഞു കലങ്ങിയ മുഖവുമായെത്തിയ ജില്ലു പൂവിനോട് തന്റെ ദുഃഖം പങ്കുവച്ചു.

"ജില്ലു... നീ കരയണ്ട.. നീ എന്നെ പറിച്ചെടുത്ത് പിഴിഞ്ഞ് ചാറെടുത്ത് അച്ഛന് കൊടുത്താൽ രോഗം ഭേദമാകും."

പക്ഷേ, ജില്ലുവിന് സമ്മതമായില്ല. ഒടുവിൽ പൂവിന്റെ നിർബ്ബന്ധത്തിനു വഴങ്ങി അവൻ പൂവ് പറിച്ചെടുത്ത് വീട്ടിലെത്തി.

പൂവുമായി വന്ന ജില്ലുവിനെ ജിക്കു കളിയാക്കി. അവൻ ആ പൂവ് തട്ടിപ്പറിച്ചു. കഷ്ടം ആ മാന്ത്രിക പുഷ്പം ഒരു കരിക്കട്ട പോലായി മാറി. പൊട്ടിച്ചിരിച്ചുകൊണ്ട് ജിക്കു ആ കരിക്കട്ട വലിച്ചെറിഞ്ഞു.

ആശുപത്രിയിൽനിന്നും വീട്ടിലെത്തിയ അമ്മ കണ്ടത് ഒരു മൂലയ്ക്കിരുന്നു കരയുന്ന ജില്ലുവിനെയാണ്. അവൻ അമ്മയോട്

വിവരമെല്ലാം പറഞ്ഞു. അമ്മയ്ക്ക് വിശ്വാസം വന്നില്ല. എങ്കിലും അവർ ആ കരിക്കട്ട നിലത്തുനിന്നും കുനിഞ്ഞെടുത്തു. ആശ്ചര്യം തന്നെ! ആ കരിക്കട്ട പഴയതിലും തിളക്കമുള്ള സ്വർണ്ണ പുഷ്പമായി മാറി.

ഒട്ടും വൈകാതെ അമ്മ ആ പൂവിന്റെ സത്ത് പിഴിഞ്ഞെടുത്ത് അച്ഛനുള്ള കഞ്ഞിയിൽ ചേർത്ത് ആശുപത്രിയിലെത്തി. സ്നേഹത്തോടെ അത് അദ്ദേഹത്തിനു നല്കി.

ഡോക്ടർമാരെ അത്ഭുതപ്പെടുത്തിക്കൊണ്ട് അയാൾ വളരെ വേഗം സുഖം പ്രാപിച്ചു.

വീട്ടിൽ മടങ്ങിയെത്തിയ അച്ഛനെയും അമ്മയേയും കൂട്ടി ജില്ലു പൂവ് നിന്നിരുന്ന സ്ഥലത്ത് എത്തി. അവർക്ക് പ്രതീക്ഷ നല്കുംവിധം ആ ചെടിയിലതാ ഒരു ഇളം മൊട്ട്.

ജില്ലു ആശ്വാസത്തോടെ പുഞ്ചിരിച്ചു.

അച്ഛൻ അവനെ ചേർത്തുപിടിച്ച് നെറ്റിയിൽ ഉമ്മ വച്ചു.

ശൂന്യമായ മൺകുടം

ഒന്നിനും കൊള്ളാത്ത വിഡ്ഢികൾ..ഹും.. മുത്തശ്ശൻ അലറുകയാണ്..പാവം കുട്ടികൾ!.. ചെറുപ്പത്തിലേ അച്ഛൻ മരിച്ചുപോയി.. സാധുവായ അമ്മ. ചീത്ത പറയാൻ മാത്രമായി ഒരു മുത്തശ്ശൻ..! ചന്തുവും കിട്ടുവും.. മഹാ സാധുക്കളാണ്. വേണ്ടത്ര അറിവോ, വിദ്യാഭ്യാസമോ അവർക്കില്ല.. മുത്തശ്ശന്റെ ഉപദ്രവം ഭയന്ന് ഒതുങ്ങി ഒതുങ്ങി അവർ തനി മണ്ടന്മാരായി മാറി..

അങ്ങനെയിരിക്കെ അവരുടെ വീടിനടുത്തുള്ള ക്ഷേത്രത്തിൽ ഒരു ഗുരു പ്രഭാഷണത്തിന് വന്നു. മുത്തശ്ശൻ സ്ഥലത്തില്ലാത്ത സമയം നോക്കി അമ്മ അവരേയും കൂട്ടി ക്ഷേത്രത്തിലെത്തി. ഗുരുവിനു മുന്നിൽ നമസ്കരിക്കാൻ അമ്മ ആവശ്യപ്പെട്ടു. രണ്ടുപേരും അനുസരിച്ചു.

“സ്വാമീ..എന്റെ മക്കൾ ഒന്നിനും കൊള്ളാത്തവരായി ഇത്ര കാലം കഴിഞ്ഞു. ഞാനിനി ഇവരെ എന്തു ചെയ്യണം..”അമ്മ സ്വാമിക്കു മുമ്പിൽ കരഞ്ഞു.

“ഓഹോ.. അങ്ങനെയാണല്ലേ ശരി... ഇവരെ എന്റെ കൂടെ പറഞ്ഞുവിടൂ..ഞാൻ വഴിയുണ്ടാക്കാം.” സ്വാമി പുഞ്ചിരിയോടെ പറഞ്ഞു.

അമ്മ അവരെ ഗുരുനാഥനോടൊപ്പം അയച്ചു.

പോകും വഴി ഗുരു പറഞ്ഞു.

"കുട്ടികളേ, വഴിയിൽ കാണുന്ന വസ്തുക്കളിൽ ഒന്നിനും കൊള്ളാത്ത എന്തുകണ്ടാലും എടുത്തോളൂ."

കുട്ടികൾ സമ്മതിച്ചു... അവർ വഴിയിൽ കണ്ട കല്ലും മരക്കട്ടയും കുപ്പിച്ചില്ലും ചപ്പും ചവറുമെല്ലാം എടുക്കാൻ ശ്രമിച്ചു. ഗുരു അവയ്ക്ക് എന്തെങ്കിലും ഉപയോഗം കണ്ടെത്തി കുട്ടികളെ ബോദ്ധ്യപ്പെടുത്തി. ഒടുവിൽ അവരൊരു തടാകത്തിലെത്തി. അവിടെയതാ ഒരു ചെറിയ ഓടിന്റെ കഷണം.."ഗുരുദേവാ; ഇതാ ഒന്നിനും കൊള്ളാത്ത ഒരു വസ്തു." ചന്തു പറഞ്ഞു."എവിടെ? തരൂ. ഹായ് ഇതെന്റെ പാദങ്ങൾ ഉരച്ചു വൃത്തിയാക്കാൻ നല്ലതാണ്." ഗുരു സന്തോഷത്തോടെ ആ ഓട്ടു കഷണം എടുത്ത് കാൽ തേച്ചുരച്ച് കഴുകി. "എന്നാലിതാ ഒരു മൺകട്ട" കിട്ടു ആവേശത്തോടെ പറഞ്ഞു. "ഇത് ദേഹത്ത് തേച്ചുകുളിച്ചാൽ വിയർപ്പു ഗന്ധം മാറും." ഗുരു അതിന് ഉപയോഗം കണ്ടെത്തി. അവിടെ കണ്ട ഒരു മൺകുടം എടുത്ത് ഗുരു കാണിച്ചിട്ട് പറഞ്ഞു "മക്കളെ ഇതിലെന്തെങ്കിലും ഉണ്ടോ?" ചന്തു പറഞ്ഞു "ഇല്ല സ്വാമി, അതിൽ ഒന്നുമില്ല." ദാ നോക്കൂ ഗുരു ആ കൂടം വെള്ളത്തിൽ മുക്കി. കുടത്തിൽ വെള്ളം നിറയുമ്പോൾ നിറയെ വായുകുമിളകൾ പുറത്തുവന്നു..

"നോക്കൂ ഒന്നുമില്ലാ എന്ന് പറഞ്ഞിരുന്ന കുടത്തിൽ നിറയെ വായു ഉണ്ടായിരുന്നു. അതുപോലെയാണ് നിങ്ങളുടെ മനസ്സും. ഒന്നുമില്ല എന്ന തോന്നലിനെ പുറത്ത് കടത്താൻ മനസ്സിൽ അറിവ് നിറയ്ക്കണം. ഒന്നിനും കൊള്ളാത്തവരായി ആരും ഈ ലോകത്തിലില്ല. നിങ്ങളുടെ മനസ്സിൽ അറിവ് നിറയട്ടെ." ഗുരു അവരെ പറഞ്ഞ് ബോദ്ധ്യപ്പെടുത്തി. പുതിയ അറിവുകൾ പകർന്നു നല്കി, മിടുമിടുക്കൻമാരും ധൈര്യശാലികളും ആക്കി മാറ്റി.

അറിവും വിവേകവും

ക്ഷേത്രഗോപുരത്തിന്റെ മുകൾത്തട്ടിലാണ്, ആ പ്രാവുകൾ വസിച്ചിരുന്നത്. നാമമന്ത്രത്താൽ നിറഞ്ഞ അന്തരീക്ഷത്തിൽ, സമാധാനത്തോടെ കഴിഞ്ഞുവരുമ്പോൾ, ഒരുദിവസം, മനുഷ്യർ അവരുടെ സ്വൈരം കെടുത്തി അവരെ അവിടെനിന്നും പറപ്പിച്ചു.

കൂട്ടമായി പറന്നെത്തിയ അവർ പിന്നീട് ചെന്നുചേർന്നത്, ഒരു ക്രിസ്തീയ ദേവാലയത്തിലാണ്. പള്ളിമണി നാദവും പ്രാർത്ഥനകളും കേട്ട് അവരവിടെ കഴിഞ്ഞു. സ്ഥിരമായി പള്ളിയിൽ വന്നുപോകുന്നവരുടെ മുഖം അവർക്ക് മനസ്സിലാക്കാനും കഴിഞ്ഞു.

എന്നാൽ പള്ളിപ്പെരുന്നാളിനു മുമ്പുള്ള ചായം പൂശലും മറ്റുമായി, പ്രാവുകൾക്ക് ആ താവളവും ഉപേക്ഷിക്കേണ്ടി വന്നു..

പിന്നീട് അവരെത്തിയത്, ഒരു മുസ്ലീം ദേവാലയത്തിലാണ്. അവിടുത്തെ അന്തരീക്ഷവുമായി വളരെവേഗം പൊരുത്തപ്പെട്ട പ്രാവുകൾക്ക് പക്ഷേ.. അധികനാൾ അവിടേയും കഴിയാനായില്ല.

താമസസ്ഥലം നഷ്ടമായ പ്രാവുകൾ പിന്നീട് എത്തിച്ചേർന്നത്, ഒരു ആശുപത്രിയുടെ മുകളിലാണ്. സന്തോഷവും ദുഃഖവും ചിരിയും കരച്ചിലും നിറഞ്ഞ ആ ലോകത്ത് അവരും സന്തോഷത്തോടെ വസിച്ചുപോന്നു.

പെട്ടെന്നാണ് കാര്യങ്ങൾ വഷളായത്. കൂട്ടക്കരച്ചിലും ബഹ

ളവുമായി, നിരവധിപേർ അവിടെയെത്തി. അവരുടെ സംസാര ത്തിൽനിന്ന് മനസ്സിലാക്കാൻ കഴിഞ്ഞത്.. ആ നാട്ടിൽ ഒരു വർഗ്ഗീയ ലഹള ഉണ്ടായത്രെ. ജാതി തിരിഞ്ഞ് മനുഷ്യർ പര സ്പരം തമ്മിൽ കലഹിച്ച് ഒടുവിൽ ഇതാ ആശുപത്രിയിലെത്തി.

“അയ്യോ! ഇവരിൽ പലരേയും, നമ്മൾ അമ്പലത്തിലും പള്ളി യിലും മറ്റും വച്ച് കാണാറുള്ളതാണല്ലോ. സമാധാനത്തെക്കു റിച്ച് മാത്രം പറയാറുള്ള ഇവർക്കിതെന്തുപറ്റി?”കുഞ്ഞിപ്രാവു കൾ സംശയത്തോടെ ചോദിച്ചു.

“മക്കളേ അവർക്ക്, വിദ്യാഭ്യാസവും അറിവും ഉണ്ട്, പക്ഷേ, വിവരവും വിവേകവും തീരെ ഇല്ല. അതായത്, കാര്യങ്ങൾ അറിയാം എന്നാൽ ആലോചനാശേഷി ഇല്ല. അതാണ് എടു ത്തുചാടി കുഴപ്പത്തിൽ വീഴുന്നത്.” മുത്തശ്ശൻ പ്രാവു പറഞ്ഞു.

“ശരിയാണ്. അറിവ് മാത്രം പോരാ, നല്ലതും ചീത്തയും തിരി ച്ചറിയാനുള്ള വിവേകവും വേണം.” മുത്തശ്ശി പ്രാവ് മുത്തശ്ശനെ പിന്തുണച്ചു.

ജോലിക്ക് കൂലി

"**വീ**രേന്ദ്രവർമ്മത്തമ്പുരാൻ വിജയിക്കട്ടെ.... മഹേന്ദ്രപുരി വിജയിക്കട്ടെ..."

കൊട്ടാരം കാവല്ക്കാരൻ ശക്തിഭദ്രൻ മഹാരാജാവിന്റെ മുന്നിലെത്തി.

"എന്താ..ഭദ്രാ..പെട്ടെന്നൊരു വരവ്?"

"ഒന്നുമില്ല..തമ്പുരാനേ.. അടിയന് ചെറിയൊരു സങ്കടം.."

ശക്തിഭദ്രൻ അറിയിച്ചു.

"എന്താ സങ്കടം..പറയൂ.."

"അടിയൻ പത്തുനാല്പത് കൊല്ലമായി.. ഈ രാജ്യത്തെ സേവിക്കുന്നു. അതും രാവുംപകലും ഭേദമില്ലാതെ. എന്നിട്ട് കിട്ടുന്നതോ.. വെറും നൂറുപണം.. എന്നാൽ പ്രത്യേകിച്ചൊരു പണിയുമില്ലാത്ത മന്ത്രിയജമാനനോ... അതിന്റെ എത്രയോ ഇരട്ടി ശമ്പളവും. ഇത് നീതിയാണോ...? ജോലിക്കനുസരിച്ച് വേണ്ടേ കൂലി.."

തൊണ്ടയിടറിക്കൊണ്ട് ശക്തിഭദ്രൻ പറഞ്ഞകാര്യങ്ങൾ കേട്ട് രാജാവ് ചിരിച്ചുകൊണ്ട് പറഞ്ഞു.

"ശരി... ഉടൻ ഈ പ്രശ്നത്തിന് ഞാൻ പരിഹാരം കാണാം. താങ്കൾ പൊയ്ക്കോളൂ... പിന്നെ ഒരു കാര്യം ഈ വിവരം മറ്റാരോടും സംസാരിക്കരുത്."

"ശരി തമ്പുരാനേ... അവിടുത്തെ ഇഷ്ടം."

പിറ്റേന്ന് രാവിലെ രാജാവ് ശക്തിഭദ്രനെ വിളിച്ചിട്ട് പറഞ്ഞു.

"കുറച്ചുമുമ്പ് കോട്ടവാതിലിന് മുന്നിലൂടെ ഒരു അപരിചിതൻ കടന്നുപോയി. ആരാണയാൾ? താങ്കൾക്കറിയാമോ?"

"അടിയൻ അന്വേഷിച്ചിട്ട് വരാം.."

ശക്തിഭദ്രൻ ഉടൻ പുറത്തുകടന്ന് അപരിചിതനെ കണ്ടെത്തി മടങ്ങിവന്ന് പറഞ്ഞു.

"അയാളുടെ പേര് ചാരുദത്തൻ എന്നാണ്."

നാടെവിടെയാണ് എന്നായി രാജാവ്. കാവല്ക്കാരൻ വീണ്ടും പോയിമടങ്ങിവന്ന് അറിയിച്ചു. തുടർന്ന് രാജാവ് അടുത്ത ചോദ്യം ചോദിച്ചു.

"എന്തിനാണയാൾ ഈ നാട്ടിൽ വന്നത്?"

ശക്തിഭദ്രൻ വീണ്ടും ഓടിപ്പോയി മടങ്ങിവന്ന് വിവരം അറിയിച്ചു.

അങ്ങനെ രാജാവിന്റെ ഓരോ ചോദ്യങ്ങൾക്കും മറുപടി തേടി ഓടിയോടി അയാൾ കിതച്ചു.

കുറച്ച് സമയം കഴിഞ്ഞപ്പോൾ മന്ത്രി അവിടെയെത്തി. രാജാവ് അദ്ദേഹത്തോട് ചോദിച്ചു.

"ധർമ്മസേനാ.. നമ്മുടെ രാജ്യത്ത് ആരെങ്കിലും പുതിയതായി എത്തിയിട്ടുണ്ടോ?"

"ഉണ്ട് പ്രഭോ, ഇന്നലെ നമ്മുടെ രാജ്യത്ത് ചാരുദത്തൻ എന്നൊരു കച്ചവടക്കാരൻ വന്നിട്ടുണ്ട്. അയാൾ മഗധ ദേശക്കാരനാണ്. നമ്മുടെ രാജ്യത്തുനിന്നും നല്ലയിനം സുഗന്ധദ്രവ്യങ്ങൾ വാങ്ങാനാണ് അയാൾ വന്നത്. ഒരു വഴിയാത്രക്കാരന്റെ വേഷത്തിലാണ് അയാളുടെ വരവ്... എന്നാൽ അയാൾ ധനികനും വ്യാപാരത്തിൽ മിടുക്കനുമാണ്. അയാളറിയാതെ അയാളുടെ നീക്കങ്ങൾ നിരീക്ഷിക്കാൻ ചാരന്മാർ പോയിട്ടുണ്ട്. വൈകാതെ ബാക്കി വിവരങ്ങൾ നാം അറിയിക്കാം."

പ്രധാനമന്ത്രി നല്കിയ വിശദീകരണം കേട്ട് രാജാവ് പുഞ്ചിരിച്ചുകൊണ്ട് പറഞ്ഞു.

"മഹാമന്ത്രേ.. ശരി അങ്ങേക്കു പോകാം."

മന്ത്രി പോയപ്പോൾ രാജാവ് ശക്തിഭദ്രനെ നോക്കി ഉറക്കെ പൊട്ടിച്ചിരിച്ചു.

"ഇപ്പോൾ മനസ്സിലായോ എന്തിനാണ് മന്ത്രിക്ക് ശമ്പളം നല്കുന്നതെന്ന്...?"

"ഉവ്വ് തമ്പുരാനേ, അടിയന് തെറ്റ് ബോദ്ധ്യമായി. ഇനിയൊരിക്കലും മന്ത്രിയുമായി താരതമ്യത്തിന് ഈയുള്ളവൻ മുതിരില്ല. പോകാൻ അനുവദിച്ചാലും."

രാജാവ് പറഞ്ഞു.

"അർഹതയ്ക്കനുസരിച്ചാണ് നാം പ്രവർത്തിച്ചത് എന്ന് ബോദ്ധ്യമായില്ലേ.. ശരി പൊയ്ക്കോളൂ.."

ജാള്യത കലർന്ന ചിരിയോടെ ശക്തിഭദ്രൻ നടന്നുനീങ്ങി.

എലിപ്പെട്ടി

കൂനത്തറ കിഴക്കേ പുരയിടത്തിൽ മത്തായിച്ചേട്ടൻ വലിയ അദ്ധ്വാനിയാണ്. വാഴ, തെങ്ങ്, നെല്ല്, ജാതി എന്നുവേണ്ട ഒരു മാതിരി എല്ലാത്തരം വിളകളും കൃഷിചെയ്തിരുന്നു. ഭാര്യയായ മറിയാമ്മച്ചേടത്തിയും നല്ല ഉത്സാഹശീലയാണ്.

അവരുടെ വീട്ടിൽ നാലഞ്ച് കോഴികൾ, ഒരു പന്നി, ഒരു പശു ഇത്രയുമാണ് മറ്റ് താമസക്കാർ. ഓമന മൃഗങ്ങളെ ലാളിച്ച് മക്കളില്ലാത്ത കുറവ് അവർ പരിഹരിച്ചു.

കൊയ്ത്തുകാലമായാൽ അവർക്ക് പിടിപ്പതു പണിയുണ്ട്. നെല്ല് കൊയ്ത് മെതിച്ച് പുഴുങ്ങിക്കുത്തി അരിയാക്കണം. ബാക്കിയുള്ളത് വെയിലത്തുണക്കി പത്തായത്തിൽ നിറയ്ക്കണം.

"ഈയിടെ പത്തായത്തിൽ എലിശല്യം കൂടുതലാണ്. ഒരു എലിപ്പെട്ടി വാങ്ങിച്ചിട്ടുതന്നെ കാര്യം."

മത്തായിച്ചേട്ടൻ പറയുന്നതുകേട്ട് തൊഴുത്തിന്റെ താഴെയുള്ള മാളത്തിലിരുന്ന എലിയച്ചൻ ഞെട്ടി.

അവൻ പൂവാലിപ്പശുവിനോട് പറഞ്ഞു.

"പശുവമ്മേ, എലിപ്പെട്ടി, വന്നാൽ ഞങ്ങളുടെ കൂട്ടുകാർ ആപ്പിലാകും. ഇത് തടയാനെന്താ വഴി?"

"ഒന്നുപോടാ ചെക്കാ... എലിപ്പെട്ടി വന്നാൽ ഞങ്ങൾക്കൊരു

പ്രശ്നവുമില്ല. നീ സൂക്ഷിച്ചോ."

അവൻ കോഴിപ്പൂവനോടും പന്നിക്കുട്ടനോടും സങ്കടം പറഞ്ഞു. അവർക്കും അവനോട് ദയ തോന്നിയതേയില്ല.

പിറ്റേന്നുതന്നെ മത്തായിച്ചൻ എലിപ്പെട്ടിയുമായി വന്നു. പത്തായത്തിനുള്ളിൽ കൊണ്ടുപോയി വച്ചു. പെട്ടിക്കകത്ത് ഒരു കപ്പക്കഷണവും വച്ചു.

എലിക്കുട്ടൻ ഭയന്ന് മാളത്തിനകത്ത് കയറി.

"ആരാണാവോ വീഴുക?"

അവൻ മനസ്സിൽ പ്രാർത്ഥിച്ചു.

പിറ്റേന്ന് രാവിലെ എലിപ്പെട്ടിയിൽ വല്ലതും വീണിട്ടുണ്ടോ എന്ന് നോക്കാൻ ചെന്ന മത്തായിച്ചൻ എന്തിലോ ചവിട്ടി.

"അയ്യോ.."

ഇരുട്ടിൽ ചുരുണ്ടുകിടന്ന ഒരുപാമ്പ്, അത് അയാളെ കൊത്തി. ബഹളംകേട്ടുവന്ന മറിയാമ്മച്ചേടത്തി അയാളെ ആശുപത്രിയിലെത്തിച്ചു. ഭാഗ്യം അയാൾ കഷ്ടിച്ച് രക്ഷപ്പെട്ടു.

വീട്ടിലെത്തിയിട്ടും മത്തായിച്ചന്റെ ക്ഷീണം മാറുന്നില്ല. മറിയാമ്മച്ചേടത്തി കോഴികളിലൊന്നിനെ സൂപ്പുവച്ചുകൊടുത്തു. ഒരാഴ്ചകൊണ്ട് കോഴിക്കൂട് കാലിയായി. കോഴിപ്പൂവനടക്കം എല്ലാത്തിന്റെയും കഥകഴിഞ്ഞു. അടുത്ത ഊഴം പന്നിക്കുട്ടന്റേതായിരുന്നു. പൂവാലിയും എലിക്കുട്ടനും എല്ലാം കണ്ടുനിന്നു. അവശത കൂടി ഒടുവിൽ ഒരുദിവസം മത്തായിച്ചൻ യാത്രയായി.

മത്തായിച്ചന്റെ അടിയന്തിരത്തിന് പൂവാലിയുടെയും വിധി നിശ്ചയിക്കപ്പെട്ടു. പൂവാലിയെ നോക്കി വേദനയോടെ എലിക്കുട്ടൻ പറഞ്ഞു.

"എലിപ്പെട്ടിയുടെ വരവിനെ ഭയപ്പെട്ടത് ഞാൻ മാത്രമായിരുന്നു. അന്ന് എല്ലാവരും എന്നെ കളിയാക്കി. ഇന്ന് അതേ എലിപ്പെട്ടിമൂലം നിങ്ങൾ ഓരോരുത്തരും യാത്രയായി. കഷ്ടം!"

ഇതുകേട്ട പൂവാലി വേദനയോടെ അമറി....

പൊൻപണം

മാധവനും ശങ്കരനും ജ്യേഷ്ഠാനുജന്മാരാണ്. മാധവൻ കഠിനാദ്ധ്വാനിയും ക്ഷമാശീലനും സത്യസന്ധനുമാണ്. ശങ്കരൻ നേരെ വിപരീത സ്വഭാവമുള്ളവനുമാണ്.

ഒരുദിവസം അവർ ഒന്നിച്ച് കപ്പ നടാൻ തീരുമാനിച്ചു. മാധവൻ ഒരുനിമിഷംപോലും വെറുതെ കളയാതെ പറമ്പുമുഴുവനും കൊത്തിയും കിളച്ചും അദ്ധ്വാനിച്ചു.

ശങ്കരൻ വെറുതെ അവിടെയും ഇവിടെയും കൊത്തിയും കിളച്ചും നിന്നു. നല്ലവനായ മാധവൻ അത് കാര്യമാക്കാതെ തന്റെ ജോലിതുടർന്നു.

മണ്ണിൽ കിളച്ചുകൊണ്ടിരുന്ന മാധവന്റെ തൂമ്പ ച്ലും... ശബ്ദത്തോടെ എന്തിലോ തട്ടി. മാധവൻ അത് കാര്യമാക്കിയില്ല.

ശബ്ദംകേട്ട് ഓടിയെത്തിയ ശങ്കരൻ തന്റെ തൂമ്പകൊണ്ട് ശബ്ദംകേട്ട ഭാഗത്തെ മണ്ണിളക്കി നീക്കി.

അവിടെയതാ ഒരു ചളുങ്ങിയ കുടം. ശങ്കരൻ ആവേശത്തോടെ മണ്ണു മാന്തി കുടം പുറത്തെടുത്തിട്ട് പറഞ്ഞു.

“ചേട്ടാ ഈ കുടം ഞാൻ മണ്ണിൽനിന്ന് കുഴിച്ചെടുത്തതാണ്. അതിനാൽ ഇതിന്റെ മുകളിലുള്ളത് മുഴുവനും എനിക്ക്.”

നല്ലവനായ മാധവൻ തടസ്സം പറഞ്ഞില്ല.

"ശരി നീയെടുത്തോ.."

ആക്രാന്തം മൂത്ത ശങ്കരൻ വളരെ കഷ്ടപ്പെട്ട് കുടത്തിന്റെ മൂടി തുറന്നു. അടപ്പ് പൂർണ്ണമായി തുറക്കുംമുമ്പേ ശങ്കരന്റെ വിരലിൽ എന്തോ കടിച്ചു.

അയ്യോ! പാമ്പ്.... ശങ്കരൻ ഉറക്കെ നിലവിളിച്ചുകൊണ്ട് കുടം വലിച്ചെറിഞ്ഞു.

കമിഴ്ന്നുവീണ കുടത്തിൽനിന്ന് പല വലിപ്പത്തിലുള്ള ആറേഴു തേളുകൾ പുറത്തുചാടി. അതിലൊന്നായിരുന്നു ശങ്കരനെ കടിച്ചത്. നല്ലവനായ മാധവൻ ശങ്കരനെ വേഗം ആശുപത്രിയിലെത്തിച്ചു.

ആശുപത്രിയിൽനിന്നും തിരിച്ചെത്തിയ അനുജനോട് മാധവൻ പറഞ്ഞു.

"എടാ കുടത്തിന് മുകളിലെ ഭാഗത്തുണ്ടായിരുന്നത് മുഴുവനും തേളുകൾ ആയിരുന്നു. അത് നിനക്കുവേണ്ടി സൂക്ഷിച്ചു വയ്ക്കാൻ എനിക്ക് പറ്റിയില്ല.

അടിയിൽ നിറയെ സ്വർണ്ണനാണയങ്ങളായിരുന്നു. അത് എനിക്കുള്ളതാണ് അല്ലേ..."

ശങ്കരൻ നിരാശയും ദുഃഖവും കലർന്ന ഭാവത്തിൽ തലയും താഴ്ത്തിയിരുന്നു.

"നീ വിഷമിക്കേണ്ട... ആകെ നൂറു നാണയങ്ങൾ ഉണ്ടായിരുന്നു, അതിൽ പകുതി ഇതാ നിനക്കുള്ളതാണ്. ബാക്കി ഞാൻ നമ്മുടെ നാട്ടിലെ തീരെ അവശരായ സാധുമനുഷ്യർക്ക് വീതിച്ചു നല്കി. എനിക്കുള്ള പൊന്ന് എന്റെ മണ്ണ് തരാതിരിക്കില്ല– അവിടെ വിളയുന്ന പൊന്നുകൊണ്ട് ഞാൻ ജീവിച്ചോളാം..."

"വേണ്ട ജ്യേഷ്ഠാ, ഇതിലൊരുനാണയംപോലും എനിക്കു വേണ്ട. ഞാനും ഏട്ടനൊപ്പം പണിചെയ്ത് മണ്ണിൽ പൊന്ന് വിളയിക്കും. ആരോഗ്യമുള്ളവർ, അദ്ധ്വാനിക്കാതെ നേടുന്നത് നില നില്ക്കില്ല. തീരെ അവശതനേരിടുന്ന പാവങ്ങൾക്ക് ഞാനിത് വീതിച്ചു കൊടുക്കും.

ഇന്നുമുതൽ ഞാൻ മടിപിടിച്ചിരിക്കില്ല. വരൂ നമുക്ക് പറമ്പിലേക്ക് പോകാം."

" എന്നാൽ നിനക്കും മണ്ണ് പൊന്നു നല്കും. ആരോഗ്യവും ഐശ്വര്യവും തരും."

അവർ ഒന്നിച്ച് തോട്ടത്തിലേക്ക് നടന്നു.

സമാഗമം

"**ഹാ**യ് അമ്മേ....നോക്കൂ....നമ്മുടെ സോഫി പ്രസവിച്ചു. എന്തുരസാ.... കുഞ്ഞുങ്ങളെ കാണാൻ...."

അമ്മു അതിരാവിലെതന്നെ വിളിച്ചു കൂവി...

" ഞാൻ കണ്ടു മോളേ.... ഇന്നലെ രാത്രി നീ ഉറങ്ങിയിട്ടാണ് അവൾ പ്രസവിച്ചത്."

" അന്നൂ.... എടി അന്നൂസേ... എഴുന്നേല്ക്കെടീ. ഞങ്ങടെ സോഫിക്ക് കുഞ്ഞുവാവയുണ്ടായി. രണ്ടെണ്ണം."

അയൽവക്കത്തേക്കു നോക്കിയായി അടുത്ത കൂവൽ.

കേട്ട പാതി, അന്നുക്കുട്ടി ഓടിപ്പാഞ്ഞ് ഇപ്പുറത്തെത്തി.

അമ്മുക്കുട്ടിയുടെ വീട്ടിലെ അരുമയാണ് സോഫി. പട്ടിയാണെങ്കിലും അവളെ അമ്മുവിനും അമ്മയ്ക്കും ജീവനാണ്.

തൊട്ടയൽവാസിയായ, ആഗ്നസ് എന്ന അന്നുവിനും സോഫിയെ വലിയ ഇഷ്ടമാണ്.

ഒരുപാട് നാളായി അവർ പട്ടിക്കുഞ്ഞിന്റെ വരവും കാത്തിരിക്കുന്നു.

" നോക്കൂ അന്നൂസേ... ദേ പഞ്ഞിപോലെ വെളുത്ത ഒരെണ്ണം. ഇതെന്റെയാ.... ഈ പാണ്ടുള്ള കറുമ്പനെ നീയെടുത്തോ" അമ്മു പങ്കിടലും കഴിഞ്ഞു.

" വരൂ കുട്ടികളേ, അതിന് പാലുകുടിക്കാറായി. ശല്യപ്പെടുത്തേണ്ട." അമ്മ കുട്ടികളെ ഉപദേശിച്ചു.

അനന്യ.. അതാണ് അമ്മുവിന്റെ പേര്. ആനന്ദിന്റേയും നന്ദിനിയുടേയും ഏകമകൾ. തൊട്ടയൽക്കാരാണ് ആന്റണിയും ലീനയും. ഒരു മതിലിന്റെ വ്യത്യാസമുണ്ടെങ്കിലും അവർ ഒരൊറ്റ കുടുംബം പോലെയാണ്. ആഗ്നസും അനന്യയും ഏതുനേരവും ഒന്നിച്ചാണ്. പുതിയ അതിഥികൾ വന്നപ്പോൾ, ആ ബന്ധം ഒന്നുകൂടി ഉറച്ചു.

സോഫിയമ്മ, മൃഗഭാഷയിൽ മക്കളോട് പറയും, " നോക്ക് മക്കളേ മനുഷ്യരായാൽ ഇങ്ങനെ വേണം എന്തൊരുയോജിപ്പ്."

അമ്മുവിന്റെ പട്ടിക്കുഞ്ഞിന്, ടിപ്പു എന്നും അന്നുവിന്റെ പട്ടിക്കുഞ്ഞിന് ടിന്റു എന്നും പേരു നല്കി. ടിൻു ഇപ്പോൾ അന്നുവിന്റെ വീട്ടിലാണ് താമസം. എങ്കിലും പകൽ മുഴുവനും ഒന്നിച്ച് നടക്കാൻ പട്ടിക്കുഞ്ഞുങ്ങൾക്ക് കഴിഞ്ഞിരുന്നു.

വളരെപ്പെട്ടെന്നാണ് കാര്യങ്ങൾ തകിടം മറിഞ്ഞത്, ആന്റണിയും ആനന്ദും തമ്മിൽ എന്തോ നിസ്സാരകാര്യത്തിന് പിണങ്ങി. പരസ്പരമുള്ള കൂടിക്കാഴ്ചകൾ അതോടെ നിന്നു.

കുട്ടികൾ തമ്മിലും പട്ടികൾ തമ്മിലും പരസ്പരം കാണാൻപോലും മുതിർന്നവർ വിലക്കേർപ്പെടുത്തി. ഉണ്ണിയപ്പവും അച്ചപ്പവും പരസ്പരം കൈമാറിയിരുന്നത് നിന്നു. മതിലിന് ഉയരം കൂടിയില്ലെങ്കിലും മനസ്സിലെ വേലിക്കെട്ടിന് വല്ലാതെ ഉയരംവച്ചു.

പാവം ടിന്റു. അവനാണ് ഏറെ ദുരിതത്തിലായത്. അമ്മയെയും കൂടപ്പിറപ്പിനെയും കാണാനാവാതെ അവൻ ഓരിയിട്ടു.

എങ്കിലും അച്ഛന്മാർ സ്ഥലത്തില്ലാത്ത നേരത്ത് വല്ലപ്പോഴും അവറ്റകളുടെ കൂടിക്കാഴ്ചകൾ നടന്നിരുന്നു.

അങ്ങനെ ഒരു വൈകുന്നേരം അപ്രതീക്ഷിതമായി ആന്റണി വീട്ടിലെത്തിയപ്പോൾ അമ്മുവും ടിപ്പുവുമുണ്ട് അന്നുവിന്റെ അരികിൽ. അയാൾക്ക് സഹിച്ചില്ല.

"ഏയ് കൊച്ചേ.. നിന്നെയും നിന്റെ പട്ടിക്കുഞ്ഞിനെയും ഈ മുറ്റത്ത് കാണരുത്. വേഗം സ്ഥലംവിട്ടോ.."

പാവങ്ങൾ അവർ കരഞ്ഞുകൊണ്ട് സ്ഥലംവിട്ടു.

പട്ടിക്കുഞ്ഞ് അമ്മയോട് ചോദിച്ചു.

“എന്താ അമ്മേ.. ആ ചേട്ടൻ ഞങ്ങളെ ഓടിച്ചുവിട്ടത്?”

“അത് മോനേ.. മനുഷ്യർക്ക് ഇണങ്ങാനും പിണങ്ങാനും ചെറിയ ചെറിയ കാര്യങ്ങൾ മതി. എത്ര അടുപ്പമുള്ളവരും, പിണങ്ങിയാൽ ഇതാണ് സ്ഥിതി.”

കഷ്ടംതന്നെ. ഭൂമിയിലെ ഏറ്റവും ബുദ്ധിയുള്ള ജീവിയാണത്രെ. ഒരു വകതിരിവും ഇല്ലാതെ പെരുമാറുന്നു. പട്ടിക്കുഞ്ഞിനുപോലും നാണംതോന്നി. അവൻ ഒരു ഓരിയിടലോടെ അയല്ക്കാരന് സന്ദേശം കൈമാറി. തിരിച്ചും അവന് കൂടപ്പിറപ്പ് മറുപടിയായി മൂളൽ നല്കി.

ദിവസങ്ങൾ കടന്നുപോയി. ഒരുദിവസം അമ്മുവിന്റെ അച്ഛൻ വീട്ടിലെത്തിയപ്പോൾ അടുത്തവീട്ടിലെ പട്ടിയുണ്ട് മുറ്റത്ത്. അത് തന്റെ വീട്ടിലെ പട്ടിയോടൊപ്പം കളിക്കുന്നു. അയാൾ ഇഷ്ടക്കേട് മറച്ചുവച്ച് അകത്തുകയറിപ്പോകാൻ തുടങ്ങുമ്പോൾ അന്നുക്കുട്ടി ഗേറ്റിനരികിലെത്തി വിളിച്ചു.

“അങ്കിൾ, ഞങ്ങടെ ടിന്റൂനെക്കണ്ടോ? അവൻ ഇങ്ങോട്ടെങ്ങാൻ വന്നോ...?”

“ദേ.. നിങ്ങടെ പട്ടിക്കുട്ടി, ഇതെപ്പോഴാ വന്നതെന്നറിയില്ല. ഞാനിപ്പോൾ കണ്ടതേയുള്ളൂ.”

“അങ്കിളിന് ബുദ്ധിമുട്ടായോ? സോറി.” ആഗ്നസ് ക്ഷമചോദിച്ചു.

“എന്ത് ബുദ്ധിമുട്ട്. നിങ്ങൾ രണ്ടുപേരും വരാത്തതിലേ എനിക്ക് സങ്കടമുള്ളൂ. നീയും എന്റെ മോളെപ്പോലെയല്ലേ, അതുപോലെ ഈ പട്ടിക്കുഞ്ഞ് ഇവിടെയുണ്ടായതല്ലേ.. ”

അയാളുടെ തൊണ്ടയിടറി.

“എങ്ങനെ കഴിഞ്ഞിരുന്ന വീട്ടുകാരാ..”

ആനന്ദ് ദീർഘനിശ്വാസംവിട്ടു.

“അതിനെന്താ ഇപ്പോഴും, ഞങ്ങൾ സുഖമായിട്ടാ കഴിയുന്നത്.”

ആന്റണിയാണ് മറുപടി നല്കിയത്.

"ആരിത് ആന്റണിയോ.. കേറിവാ.. തനിക്കിഷ്ടമായില്ലെങ്കിലോന്ന് കരുതിയാ മോളെ ഞാൻ വിളിക്കാഞ്ഞത്.."

"അതിനെന്താ.. അവൾ നിന്റെകൂടി മോളല്ലേ.. വാ മോളേ.. നമുക്ക് അങ്കിളിന്റെ വീട്ടിലേക്ക് കയറാം."

"വാ.. വാ.. ആനന്ദ് ഉത്സാഹത്തോടെ അവരെ സ്വീകരിച്ചു. ശബ്ദംകേട്ട് നന്ദിനിയും അമ്മുക്കുട്ടിയും ഓടിയെത്തി. അവർക്ക് അതിലും സന്തോഷമായി. അപ്പോഴേക്കും അന്നൂസിന്റെ മമ്മിയും എത്തി.

അവർ ഒന്നിച്ച് വീടിനകത്തേക്ക് കയറിപ്പോയി. തള്ളപ്പട്ടി പറഞ്ഞു.

"കണ്ടില്ലേ മക്കളേ, അവരുടെ സന്തോഷം! പിണക്കങ്ങൾ ദുഃഖം മാത്രം തരുന്നു. കൂടിച്ചേരലുകളാണ് പുണ്യം. ഏതായാലും ഇവർ കൂട്ടുകൂടിയല്ലോ. നമുക്ക് ഇനി എപ്പോഴും കാണാറായല്ലോ..."

പരസ്പരം കെട്ടിമറിയുന്ന പട്ടിക്കുഞ്ഞുങ്ങൾ അത് കേട്ടുവോ എന്നറിയില്ല. എങ്കിലും വീടുകൾ തമ്മിലുള്ള പിണക്കം മാറിയെന്നുമാത്രം അവയ്ക്ക് മനസ്സിലായി.

ചിണ്ടന്റെ ബുദ്ധി

മാളുവമ്മയുടെ തട്ടിൻപുറത്താണ് ചിന്നനെലിയും കുടുംബവും വസിച്ചിരുന്നത്. ആഹാരത്തിന് പഞ്ഞമില്ലാത്തതിനാൽ എലിക്കുട്ടന്മാർ തടിച്ചുകൊഴുത്തു.

എലിശല്യംകൊണ്ട് പൊറുതിമുട്ടിയ മാളുവമ്മ ഒടുവിലൊരു പൂച്ചയെ വളർത്താൻ നിശ്ചയിച്ചു. അവർ എവിടെനിന്നോ ഒരു കിടിലൻപൂച്ചയെ വീട്ടിലെത്തിച്ചു. അതോടെ എലികളുടെ സ്വാതന്ത്ര്യവും നഷ്ടമായി.

ചിന്നൻ മക്കളായ മിന്നനോടും ചിണ്ടനോടും പറഞ്ഞു:

"മക്കളേ... ഇനി നിങ്ങൾ പഴയപോലെ ഇറങ്ങിനടക്കരുത്.. ഭീകരനായ പൂച്ചയുടെ മുന്നിലകപ്പെട്ടാൽ പൊടിപോലും ബാക്കി കാണില്ല."

സാധുവായ മിന്നൻ സമ്മതിച്ചു. കുസൃതിയായ ചിണ്ടനുണ്ടോ കേൾക്കുന്നു..

പിറ്റേദിവസം പതിവുപോലെ ചിണ്ടൻ തട്ടിൻപുറത്തുനിന്നുമിറങ്ങി അടുക്കളയിലെത്തി. ചുറ്റുംനോക്കി മുന്നോട്ടുകുതിച്ചു. അതാ ഒരു തേങ്ങാമുറി, അവൻ അത് കൈക്കലാക്കി.

പെട്ടന്ന് തൊട്ടുപുറകിലതാ ഒരു കൂറ്റൻ നിഴൽ. മിന്നുപ്പൂച്ച!

"അയ്യോ.." എന്നവൻ ഉറക്കെക്കരഞ്ഞു. പക്ഷേ, തൊണ്ട

യിൽനിന്നും ശബ്ദം പുറത്തുവരുന്നില്ല.

കൈയിൽക്കിട്ടിയ നാളികേരവുമായി അവൻ ഓടി. അടുക്കളവാതിലിനപ്പുറത്തുകണ്ട പൊത്തു ലക്ഷ്യമാക്കി കുതിക്കവേ പൂച്ചമ്മയും പുറകേയെത്തി. തൊട്ടുതൊട്ടില്ല എന്നായപ്പോഴേക്കും അവൻ പൊത്തിനടുത്തെത്തി.

കഷ്ടം! അവനും തേങ്ങയും ഒപ്പം പൊത്തിനകത്ത് കടക്കില്ല. സർവ്വശക്തിയും ഉപയോഗിച്ച് ചിണ്ടൻ നാളികേര മുറി വലിച്ചെറിഞ്ഞു. കൃത്യം ചെന്നുകൊണ്ടതോ പൂച്ചയുടെ തിരുനെറ്റിയിൽ... ഭാഗ്യം മിന്നുവിന്റെ ശ്രദ്ധയൊന്നു പാളി. അവൾ അലറിക്കുതിച്ചുവന്നപ്പോഴേക്കും ചിണ്ടൻ പൊത്തിനകത്തുകയറി രക്ഷപ്പെട്ടു.

ബഹളംകേട്ട് മാളുവമ്മ വന്നപ്പോൾ മിന്നുപ്പൂച്ച തേങ്ങാമുറിയുമായി ഇളിഭ്യയായിട്ടിരിക്കുന്നു.

"നാശം എലിയെക്കാൾ ശല്യമായല്ലോ ഈ പൂച്ചയെക്കൊണ്ട്.. ആകെയുണ്ടായിരുന്ന തേങ്ങാമുറിയായിരുന്നു... ആർത്തിപ്പണ്ടാരം.. അതുകൊണ്ടാണ് അവളുടെ കളി. "

"ഛീ.. പോ പൂച്ചേ... "

മാളുവമ്മ ചൂലെടുത്ത് പൂച്ചയെ അടിച്ചു.

"ങ്യാവൂ..മ്യാവൂ.. എന്നു കരഞ്ഞുകൊണ്ട് പൂച്ച ഓടി.

അങ്ങനെ തല്ക്കാലം രക്ഷപ്പെട്ടുവെങ്കിലും പൂച്ചയുടെ ശല്യം സ്ഥിരമായി ഒഴിവാക്കാൻ എന്താണ് വഴി? ചിണ്ടൻ തലപുകഞ്ഞാലോചിച്ചു.

ഭാഗ്യത്തിന് തട്ടിൻപുറത്ത് കുട്ടികൾ ഉപേക്ഷിച്ച ഒരു മുയൽപ്പാവയുണ്ടായിരുന്നു..... മാത്രമല്ല, പെയിന്റിങ് കഴിഞ്ഞ് ബാക്കിവന്ന ടിന്നുകളും പശയും അവിടെയുണ്ട്. ബുദ്ധിമാനായ ചിണ്ടന് അപ്പോൾ നല്ലൊരു പദ്ധതി തോന്നി.

അവൻ പതുപതുത്ത മുയൽപ്പാവയെ കറുത്ത ചായത്തിലും പശയിലും മാറി മാറി മുക്കി.

ഇപ്പോഴാപ്പാവയെ കണ്ടാൽ ആർക്കും തോന്നും ഒരു മുട്ടൻ പെരുച്ചാഴിയാണെന്ന്.

ശ്രദ്ധാപൂർവ്വം അവൻ ആ പാവയെ പൂച്ച വരുന്ന സ്ഥലത്ത്

കൊണ്ടു ചെന്നിട്ടു.

ഉച്ചയുറക്കം കഴിഞ്ഞ് അടുക്കള വാതിലൂടെ അകത്തുകടന്ന മിന്നുപ്പൂച്ചയുടെ മുന്നിലൂടെ ചിണ്ടൻ ഒരൊറ്റയോട്ടം. പൂച്ചയുണ്ടോ വിടുന്നു. അവൾ ചിണ്ടനു പുറകെവച്ചു പിടിച്ചു.

ബുദ്ധിമാനായ ചിണ്ടൻ...ഓടിയോടി നേരത്തെ കണ്ടുവെച്ച മാളത്തിനകത്തു കയറി രക്ഷപ്പെട്ടു.

ഇളിഭ്യനായി പൂച്ചയുടെ കണ്ണിനു മുന്നിൽ അതാ...ഒരു പെരുച്ചാഴി. ഒട്ടും വൈകാതെ അവൾ പെരുച്ചാഴിപ്പാവയ്ക്കുമേൽ ചാടിവീണു... പൂച്ചയുടെ ദേഹം പാവയിൽ ഒട്ടിപ്പോയി!

പാവം മിന്നു അവൾ സർവ്വശക്തിയുമുപയോഗിച്ച് പാവയെ വേർപെടുത്താൻ ശ്രമിച്ചു...

പാവയിലെ തുണിയും സ്പോഞ്ചും പഞ്ഞിയും കീറിപ്പറിഞ്ഞ് അവിടമാകെപ്പറന്നുനടന്നു...

മാളുവമ്മ കണ്ടത്, അടുക്കളയും പരിസരവുമാകെ അലങ്കോലമായിക്കിടക്കുന്ന കാഴ്ചയാണ്.

“കഷ്ടം! കഷ്ടം! നാശം പിടിച്ച പൂച്ച... എലിയെയൊട്ടു പിടിക്കുകയുമില്ല... കുട്ടികളുടെ പാവയെല്ലാം കീറിപ്പറിച്ചു നശിപ്പിച്ച്....വീടാകെ വൃത്തികേടാക്കി..”

അവൾ ആ പൂച്ചയെ കഴുത്തിനു പിടിച്ച് തൂക്കിയെറിഞ്ഞു..

പൂച്ചയുടെ ശല്യം തീർന്നപ്പോൾ, എലികൾ സമാധാനമായി തട്ടിൻപുറത്ത് കഴിഞ്ഞു.

പഞ്ചവർണ്ണപ്പൈങ്കിളി

അപ്പു, അമ്മു, നിരുപമ, അഭിനവ്, അദ്വൈത് എന്നിവർ ഒരുമിച്ച് വയനാട്ടിലേക്ക് ഒരു വിനോദയാത്ര പുറപ്പെട്ടു. കാടും മലയും ജലാശയങ്ങളും നിറഞ്ഞ പ്രകൃതി അവരെ ഹരം കൊള്ളിച്ചു.

സ്കൂളിൽനിന്നും പുറപ്പെട്ടപ്പോൾ തന്നെ ഹരിസാർ എല്ലാ കുട്ടികളോടും കൂട്ടം തെറ്റി നടക്കരുതെന്ന് കർശനമായി നിർദ്ദേശിച്ചതാണ്. എങ്കിലും നമ്മുടെ കുട്ടിപ്പട്ടാളം മാത്രം അത് വക വെക്കാതെ നടന്നു. പ്രകൃതിഭംഗി കണ്ടുനടക്കവെ അവർ രഹസ്യമായി വനനിഗൂഢത തേടി നടന്നു. എല്ലാവരുടെയും കണ്ണു വെട്ടിച്ച് ഉൾക്കാട്ടിലേക്ക് നടന്നു.

"ഹായ് നല്ല രസം.. അതാ നോക്ക്."

നിരുപമ പറഞ്ഞു.

"ശരിയാ നല്ല ഭംഗിയുള്ള പൂക്കൾ." അമ്മു ശരിവച്ചു.

നടന്ന് നടന്ന് ഒടുക്കം അവർക്ക് വഴിതെറ്റി. കൊടുംകാട്ടിൽ ദിക്കറിയാതെ വലഞ്ഞ അവർ ഏതൊക്കെയോ വഴികളിലൂടെ നടന്ന് ഒരു കുടിലിന് സമീപമെത്തി.

"ഇവിടെ ആരുമില്ലേ.. ഏയ് വീട്ടുകാരെ."

അഭിനവ് ഉറക്കെ വിളിച്ചു. ശബ്ദം കേട്ട് വൃദ്ധയായ ഒരു സ്ത്രീ വെളിയിലിറങ്ങി വന്നു.

"എന്തു വേണം മക്കളേ, നിങ്ങളെവിടെനിന്നും വരുന്നു?"

അവർ വിവരമെല്ലാം പറഞ്ഞപ്പോൾ ആ അമ്മൂമ്മ അവരെ സമാധാനിപ്പിച്ചു.

"സാരമില്ല മക്കളെ നിങ്ങൾക്ക് വിശക്കുന്നുണ്ടല്ലേ. നോക്കട്ടെ ഞാൻ ഇവിടെ വല്ലതുമിരിപ്പുണ്ടോയെന്ന്. ങാ.. അവലോസ്പൊടി കാണും. ഞാൻ എടുത്തുതരാം. പിന്നെ കുറച്ച് സംഭാരവും. വാ അകത്തോട്ട് കേറിവാ മക്കളേ.."

അമ്മൂമ്മ അവരെ സ്നേഹപൂർവ്വം അകത്തുകൊണ്ടുപോയി ആഹാരം കൊടുത്തു. അവർ ആർത്തിയോടെ മൂക്കുമുട്ടെ കഴിച്ചു. സാവധാനം തളർന്ന് മയക്കമായി.

ആശ്ചര്യമെന്നുപറയട്ടെ നിമിഷനേരത്തിനുള്ളിൽ അവർക്ക് രൂപമാറ്റം സംഭവിച്ചു. അവർ അഞ്ചുപേരും പഞ്ചവർണ്ണത്തത്തകളായി മാറി. ഉണർന്നപ്പോഴാകട്ടെ ഏവരും ഇരുമ്പുവലയ്ക്കുള്ളിലകപ്പെട്ടിരുന്നു.

രൂപം മാറിയെങ്കിലും അവർക്ക് സംസാരിക്കാനുള്ള ശേഷി നഷ്ടപ്പെട്ടിരുന്നില്ല. സംസാരിക്കുന്ന തത്തകൾക്ക് നല്ല വില കിട്ടും. തള്ള ഉറക്കെപ്പറഞ്ഞു. പാവം കുട്ടികൾ. അവരെന്തു ചെയ്യും?.

സമയം കടന്നുപോയി. രാത്രി ഏറെ വൈകിയാണ് മന്ത്രവാദിനി ഉറങ്ങിയത്. കുട്ടികൾ പരസ്പരം നോക്കി കരഞ്ഞു. ഭാഗ്യത്തിന് അപ്പുക്കിളിയുടെ കൂട് പഴകി ദ്രവിച്ചതായിരുന്നു. ഏറെനേരം പണിപ്പെട്ട് അവൻ കൂടിന്റെ അഴി തകർത്ത് പുറത്തുകടന്നു.

വാശിയോടെ ആ കുടിലിലൂടെ പറന്നു നടന്ന് അപ്പു മന്ത്രമരുന്നിന്റെ മറുമരുന്ന് കണ്ടെത്തി. മന്ത്രൗഷധച്ചെപ്പിനുള്ളിൽ ഭദ്രമായി വച്ചിരിക്കുന്ന പച്ചഗുളികയിലൊന്ന് അവൻ കൊത്തി വിഴുങ്ങി. കുറച്ചുസമയം കഴിഞ്ഞപ്പോൾ തത്ത വീണ്ടും അപ്പുവായ് മാറി. മറ്റൊരു ചെപ്പിലതാ പഞ്ചസാര ഗുളികകൾ ഓഹോ ഇതാണ് രൂപമാറ്റത്തിനു കാരണമാകുന്ന ഗുളികകൾ..കൊള്ളാം..

അവൻ ബുദ്ധിപൂർവ്വം ആ ഗുളികകൾ പഞ്ചസാര ഭരണിയിലിട്ട് അടച്ചുവച്ചു. പച്ചഗുളികകൾ ഭദ്രമായി അവൻ പോക്കറ്റിലുമിട്ടു.

നേരം വെളുത്തപ്പോൾ മന്ത്രവാദിനി നല്ല ഒരു ചായ ഉണ്ടാക്കിക്കുടിച്ചു. പഞ്ചസാര പാത്രത്തിലെ ഗുളികകളെപ്പറ്റി ആ ഭയങ്കരി അറിഞ്ഞതേയില്ല. ചൂടുചായ മൊത്തിക്കുടിച്ച് മൂളിപ്പാട്ടുമായി അവൾ വീണ്ടും കട്ടിലിനരികിലെത്തി. എന്താണാവോ ഉറക്കം മതിയായില്ല. അല്പംകൂടി കിടക്കട്ടെ.

ഉറങ്ങിയുണർന്ന വൃദ്ധ കണ്ടത് താൻ പക്ഷിയുടെ രൂപത്തിൽ കൂട്ടിലും കൂട്ടിൽ കിടന്ന കുട്ടികൾ മനുഷ്യരൂപത്തിൽ വെളിയിലും. അവൾ ഞെട്ടിപ്പോയി. അപ്പോഴേക്കും കുട്ടികളെ അന്വേഷിച്ച് നടന്നുതളർന്ന അദ്ധ്യാപകർ അവിടെയെത്തി.

“ഹാവൂ..ഭാഗ്യം എന്റെ മക്കളേ നിങ്ങൾ പേടിപ്പിച്ച് കളഞ്ഞല്ലോ.”

മടങ്ങിപ്പോകുമ്പോൾ കുട്ടികളുടെ കൈയിൽ ഒരു പഞ്ചവർണ്ണത്തത്തയുമുണ്ടായിരുന്നു.

“അമ്മൂമ്മേ, ജയിലിലെത്തുമ്പോൾ തിന്നാനായി ഒരു പച്ച ഗുളിക ബാക്കിയുണ്ട്. പേടിക്കേണ്ട കേട്ടോ.”

അപ്പുവിന്റെ പറച്ചിൽ കേട്ട് എല്ലാവരും ഉറക്കെ പൊട്ടിച്ചിരിച്ചു.

കിരീടധാരണം

കൊടുമലക്കാട്ടിലെ രാജാവായിരുന്നു, ജംഘൻസിംഹം. നീതിമാനായ രാജാവിന്റെ ഭരണത്തിൽ പക്ഷിമൃഗാദികൾ സമാധാനത്തോടെ വസിച്ചുപോരവേ, ആ കാടിന്റെ സ്വൈരജീവിതം തകർക്കാനായി ഒരു ക്രൂരൻ അവിടെയെത്തി.

'ഹിംസ്രൻ' എന്നാണ് അവന്റെ പേര്. അത്രയും ഭയങ്കരനായ ഒരു കടുവയെ അവരാരും മുമ്പ് കണ്ടിട്ടില്ല. അനാവശ്യമായി മൃഗങ്ങളെ വേട്ടയാടി അവൻ രസിച്ചു.. മാനും മുയലും പന്നിയും എല്ലാം വെറുതെ കൊല്ലപ്പെട്ടു.

നേരംപോക്കിനായി ഹിംസ്രൻ, കുറുക്കനെയും കുരങ്ങിനെയും എല്ലാം ദ്രോഹിച്ചു. സിംഹരാജനുപോലും അവനെ ഭയമാണ്. മൃഗങ്ങൾ പൊറുതിമുട്ടി. അവർ രഹസ്യമായി കൂടിയാലോചിച്ച് ഇതിനു പരിഹാരം കാണാനുറച്ചു..

ഗജ്ജുമുയൽ, കീരൻചെന്നായ്, മക്രുക്കുരങ്ങൻ എന്നിവരെയാണ് അവർ ആ ചുമതലയേല്പിച്ചത്.

മൂവർസംഘം ഹിംസ്രന്റെ ഗുഹയ്ക്കരികിൽ എത്തിച്ചേർന്നു. ഉച്ചമയക്കത്തിലായിരുന്ന കടുവയെ നോക്കി അവർ ഉറക്കെ വിളിച്ചു.

"മഹാരാജൻ, ഏയ് മഹാരാജൻ, എഴുന്നേക്കൂ."

"നാശം ഒന്നുറങ്ങാനും സമ്മതിക്കില്ല. ആരടാ അത്.. എന്തു

വേണം.. മഹാരാജനോ..ഏതു മഹാരാജൻ, എന്നെ ദേഷ്യം പിടിപ്പിക്കാതെ കടന്നുപോടാ..” ഹിംസ്രൻ ഉറക്കെ അലറി.

മക്രു പറഞ്ഞു “ മറ്റാരാണ്, ഞങ്ങളുടെ മഹാരാജൻ അങ്ങു തന്നെ..സിംഹരാജനു വയസ്സായി. പഴയശക്തി ഇപ്പോഴില്ല. കാട്ടിലെ ഏറ്റവും ശക്തനായ അങ്ങാണ് ഇനി കാടു ഭരിക്കേണ്ടത്.. നാളെയാണ് അഭിഷേകം..”

“ഓഹോ സംഗതി കൊള്ളാമല്ലോ.. ശരി, എപ്പോഴാണ് കിരീടധാരണം..”

ഗജ്ജു പതിഞ്ഞസ്വരത്തിൽ പറഞ്ഞു: “നാളെ പത്തുമണിക്ക് കുരുക്കുത്തിമലയുടെ താഴ്വാരത്തിൽ പാറയുടെ മുകളിൽവച്ചാണ് കിരീടധാരണം.. മൃഗങ്ങളെല്ലാം അവിടെ എത്തിച്ചേരും.”

ആനന്ദക്കിനാവുകളോടെ ഹിംസ്രൻ ഉറങ്ങിയുണർന്നു.. കൃത്യസമയത്തുതന്നെ മലയടിവാരത്ത് ചെന്നു. മൃഗങ്ങൾ എല്ലാം അവിടെ എത്തിയിട്ടുണ്ട്..

കീരൻ ചെന്നായ അറിയിച്ചു.“മാന്യമഹാമൃഗങ്ങളേ.. ഇന്നിതാ നമ്മുടെ പുതിയ മഹാരാജാവായി ഹിംസ്രൻ തമ്പുരാനെ വാഴിക്കുകയാണ്.”

മൃഗങ്ങളുടെ കരഘോഷങ്ങൾക്കിടയിൽ മക്രു വലിയൊരു കിരീടം രാജാവിന്റെ തലയിൽ വച്ചു. അത് മറ്റൊന്നുമായിരുന്നില്ല, ഉഗ്രൻ ഒരു കടന്നൽക്കൂട്.

ഉയർന്ന പാറക്കെട്ടിനു മുകളിൽ ഞെളിഞ്ഞിരുന്ന ഹിംസ്രൻ കിരീടം ഉറപ്പിച്ചുവച്ചു. കടന്നൽക്കൂട് തകർന്ന് കടന്നലുകൾ ഇളകി.

ദിക്കറിയാതെ അവൻ ഓടി. പുറകെ കടന്നലുകളും.. ഓടിയോടി ഓടി ഹിംസ്രൻ മലഞ്ചെരുവിലെ ഒരു പാറക്കെട്ടിലേക്ക് തലയും കുത്തിവീണു..

സിംഹരാജൻ അവർ മൂവരെയും അഭിനന്ദിച്ചു. മൃഗങ്ങൾ സമാധാനത്തോടെ നാലുപാടും പിരിഞ്ഞു.

നന്ദിയുള്ള തത്ത

കാശിരാജ്യാതിർത്തിയിലുള്ള ഒരു ഗ്രാമത്തിൽ അതിസമർത്ഥനായ ഒരു വേടൻ വസിച്ചിരുന്നു. കൊടുംകാട്ടിൽ വേട്ടയാടി ഉപജീവനം കഴിച്ചിരുന്ന അയാൾ, വിഷം പുരട്ടിയ അമ്പെയ്യാൻ മിടുക്കനായിരുന്നു.. മാനുകളെയാണ് പ്രധാനമായും അയാൾ വേട്ടയാടിയിരുന്നത്..

പതിവുപോലെ ഒരുദിവസം അയാൾ, വിഷം തേച്ച അസ്ത്രവുമായി വനത്തിലെത്തി. ധാരാളം ഫലവൃക്ഷങ്ങൾ നിറഞ്ഞ പ്രദേശമായിരുന്നു അവിടം. നിരവധി പക്ഷികൾ അവിടെയുള്ള മരങ്ങളിൽ കൂടുകെട്ടിപ്പാർത്തിരുന്നു.

വനമദ്ധ്യത്തിലൂടെ മേഞ്ഞുനടന്നിരുന്ന മാൻകൂട്ടത്തെ ലക്ഷ്യമാക്കി അയാൾ ശരം പ്രയോഗിച്ചു. നിർഭാഗ്യവശാൽ അല്ലെങ്കിൽ മാനുകളുടെ ഭാഗ്യത്താൽ അസ്ത്രം ലക്ഷ്യംതെറ്റി ഒരു മഹാവൃക്ഷത്തിലാണ് തറച്ചത്.

അതിശക്തമായ വിഷത്തിന്റെ ശക്തിയിൽ മരത്തിന്റെ ഇലകൾ കൊഴിഞ്ഞു, കൊമ്പുകൾ കരിഞ്ഞു, തായ്ത്തടി ദിനംപ്രതി ശോഷിച്ചു വന്നു.

മരത്തിൽ വസിച്ചിരുന്ന ജന്തുമൃഗാദികൾ, പക്ഷിക്കൂട്ടങ്ങൾ മുതലായ ജീവികളെല്ലാം മരത്തെ ഉപേക്ഷിച്ച് മറ്റു വാസസ്ഥാനങ്ങൾ തേടിപ്പോയി.

എന്നാൽ ഒരു തത്ത മാത്രം, തന്റെ അഭയസങ്കേതമായിരുന്ന വൃക്ഷത്തെ ഉപേക്ഷിച്ചുപോയില്ല, താൻ ജനിച്ചുവളർന്ന മരപ്പൊത്തിൽത്തന്നെ അത് താമസിച്ചുപോന്നു.

നാൾക്കുനാൾ ദ്രവിച്ചുപോന്ന മരത്തോടുള്ള സ്നേഹം വെടിയാത്ത തത്തയുടെ പ്രവർത്തി വനദേവതയെ ആശ്ചര്യപ്പെടുത്തി. ദേവത ഒരു സാധാരണസ്ത്രീയുടെ രൂപത്തിൽ പക്ഷിയെ സമീപിച്ചു.

"ഏയ് പക്ഷിശ്രേഷ്ഠാ, ഈ ഉണങ്ങിദ്രവിച്ച് നിലം പതിക്കാറായ മരത്തിൽത്തന്നെ നീ എന്തേ കഴിയുന്നു? ആഹാരത്തിനുപോലും വകയില്ലാതെ നീയാകെ തളർന്നുപോയല്ലോ, വേഗം മറ്റൊരു മരം കണ്ടെത്തി കൂടുവെച്ചാലും."

"ദേവീ അവിടുന്നാരാണെന്ന് എനിക്കു മനസ്സിലായി. പക്ഷേ, ചോദ്യം മനസ്സിലായില്ല. നല്ലകാലത്ത് തുണയേകിയ വൃക്ഷത്തെ, ചീത്തകാലത്ത് ഉപേക്ഷിക്കുന്നത് നീതിയാണോ? പറയൂ വനദേവതേ."

"കഷ്ടം.. നീയൊരു വിഡ്ഢിതന്നെ, ഈ മഹാവനത്തിൽ നൂറുകണക്കിന് വൃക്ഷങ്ങൾ ഉണ്ട്. പിന്നെന്തിനീ പടുമരത്തിൽത്തന്നെ നീ പാർക്കുന്നു. വേഗം മറ്റൊരു അഭയകേന്ദ്രം കണ്ടെത്തി രക്ഷപ്പെടൂ" ദേവത അറിയിച്ചു.

"വേണ്ട, വേണ്ട, പെറ്റമ്മയെപ്പോലെ എന്നെ പരിപാലിച്ച ഈ വൃക്ഷത്തെ ഉപേക്ഷിച്ചുനേടുന്ന സൗഭാഗ്യം എനിക്കുവേണ്ട. ഞാൻ വിഡ്ഢിയായിക്കോട്ടെ."

ഉറച്ചസ്വരത്തിലുള്ള മറുപടി കേട്ട് വനദേവത സ്വന്തം രൂപം കൈക്കൊണ്ട് പറഞ്ഞു.

"ഏയ്, നീതിമാനായ പക്ഷിശ്രേഷ്ഠാ, ഇതാ ഈ വൃക്ഷം പുതിയ കരുത്തോടെ വീണ്ടും വളരും. കേടുപാടുകൾ ഇനി ഈ മരത്തിനുണ്ടാവില്ല."

വനദേവതയുടെ അനുഗ്രഹത്താൽ മരം പഴയതിലും ഭംഗിയും ഉറപ്പുമുള്ളതായി മാറി. പുതിയ തളിരുകളും പൂക്കളും കായ്കനികളും വൃക്ഷത്തിൽ നിറഞ്ഞു.

"ഏയ് തത്തേ, നിനക്ക് സ്വർഗ്ഗപ്രാപ്തി കൈവരും." എന്ന

നുഗ്രഹിച്ചിട്ട് ദേവത മറഞ്ഞു.

പക്ഷിക്ക് വാസസ്ഥാനം നല്കിയതിനാൽ വൃക്ഷത്തിനും, വൃക്ഷത്തോട് നന്ദി കാണിച്ചതിനാൽ പക്ഷിക്കും പുതിയ ചൈതന്യവും നന്മയും കൈവന്നു.

ഗജിനിയുടെ കുറുമ്പൻ

കരിമലയുടെ അടിവാരത്തിൽ, ഒരുപറ്റം മൃഗങ്ങൾ വസിച്ചിരുന്നു.ധാരാളം വൃക്ഷങ്ങൾ, നല്ല സമൃദ്ധമായ പച്ചപ്പുൽമേട്. ആനയും മാനും കാട്ടുപോത്തും അവിടെ കൂട്ടം കൂട്ടമായ് മേഞ്ഞു നടന്നു.

തെളിനീരുറവയിലെ സുലഭമായ ജലവും ക്രൂരമൃഗങ്ങളുടെ ശല്യമില്ലാത്ത സുരക്ഷിതത്വവും ആ മൃഗങ്ങൾ ശരിക്ക് ആസ്വദിച്ചിരുന്നു.

ആനക്കൂട്ടത്തിന്റെ തലവനായിരുന്ന കശ്യപ്, അവന്റെ പിടിയായിരുന്നു ഗജിനി, അവർ പൊന്നോമന പുത്രനായ ഗജേഷുമൊപ്പം സുഖിച്ചുവാണു.

കൂട്ടമായി മാത്രമേ അവർ മേഞ്ഞ് നടന്നിരുന്നുള്ളൂ, എന്നാൽ കുട്ടിക്കുറുമ്പനായ ഗജേഷ്, പലപ്പോഴും കൂട്ടംതെറ്റി മേയുക പതിവായിരുന്നു. അമ്മ അവനോട് എപ്പോഴും പറയും, "മോനെ, നീ സൂക്ഷി ക്കണം, കൂട്ടംതെറ്റി മേഞ്ഞ് നടക്കുന്നത് അപകടമാണ്."

ആരു കേൾക്കാൻ, ഗജേഷ് കുറുമ്പുകാട്ടി വീണ്ടും നടന്നുതുടങ്ങി.

ഒരുദിവസം ഗജേഷ് പതിവുപോലെ കൂട്ടംവിട്ട് അകലേക്ക് നടന്നു തുടങ്ങി. തീറ്റ തേടുന്നതിനിടയിൽ ആരും അത് ശ്രദ്ധിച്ചില്ല.

കാനനപാതവിട്ട് പതിയെ നാട്ടുവഴിയിലൂടെ നടന്നുതുടങ്ങി. ഹായ് എന്തു രസം, നല്ല കരിമ്പിൻ തോട്ടങ്ങൾ, വാഴപ്പഴം നിറഞ്ഞ വളപ്പുകൾ ഇവിടം കാടിനേക്കാൾ മനോഹരമാണല്ലോ ഗജേഷ് ചിന്തിച്ചു.

" ആന ആന... ഓടിച്ചുവിടടാ.. ഇതാ വാഴയും തെങ്ങുമെല്ലാം നശിപ്പിക്കുന്നു..." ആളുകൾ പാട്ട കൊട്ടിയും കൂക്കിവിളിച്ചും ബഹളം തുടങ്ങി. പാവം ഗജേഷ്.. അവൻ വല്ലാതെ ഭയന്നു.

മുന്നിൽക്കണ്ട വഴിയിലൂടെ ഗജേഷ് ഓടി... പുറകെ ഗ്രാമ വാസികളും...ഓടിയോടിയോടി, ദിക്കറിയാതെ കുതിച്ചുപാഞ്ഞു.

ഓർക്കാപ്പുറത്ത് അവനതാ ഒരു പൊട്ടക്കിണറ്റിൽ കാൽ വഴുതി വീണു.

അടിതെറ്റിയാൽ ആനയും വീഴുമല്ലോ?

നമ്മുടെ ഗജേഷും ആൾ മറയില്ലാത്ത, ചുറ്റും കാടുപിടിച്ചു കിടന്ന കിണറ്റിലേക്ക് വഴുതിവീണു.

ശബ്ദകോലാഹലങ്ങളോടെ ജനം കിണറിനുചുറ്റും കൂടി.. ഗജേഷ് പേടിച്ചു കരഞ്ഞു.

"മോനെ..." ആ കരച്ചിൽകേട്ട് ഗജിനിയുടെ നെഞ്ച് പിടഞ്ഞു. പാവം ആ അമ്മ കരച്ചിൽകേട്ട ദിശയിലേക്ക് വച്ചുപിടിച്ചു... ഒപ്പം സംഘാംഗങ്ങളും...

ആനക്കൂട്ടത്തിന്റെ വരവുകണ്ട്.... ജനം നാലുപാടും ചിതറി യോടി..ചെണ്ട കൊട്ടിയും പടക്കം പൊട്ടിച്ചും അവർ ആനകളെ ഭയപ്പെടുത്തി.

ആനകൾ ഒന്നൊന്നായി തിരിഞ്ഞുനടന്നു. തങ്ങൾ നിസ്സ ഹായരാണ്, ഇവിടെനിന്നാൽ തങ്ങളടക്കം അപകടത്തിലാകും, അവർ പതിയെ പിന്തിരിഞ്ഞു.

മനസ്സില്ലാമനസ്സോടെ കശ്യപും നടന്നുനീങ്ങി. പാവം ഗജിനി അവൾക്കാകുമോ, തന്റെ കുഞ്ഞിനെ ഈ ദുഷ്ട സംഘ ത്തിനുനടുവിൽ തനിയെ ഉപേക്ഷിക്കാൻ. അവൾ ഒരമ്മയല്ലേ..

നേരം ഇരുട്ടിത്തുടങ്ങി. കിണറിനുചുറ്റും ചിന്നംവിളിച്ച് പാഞ്ഞു നടക്കുകയാണ് ഗജിനി. പന്തവും ശബ്ദകോലാഹലവും മുഴക്കി ദൗത്യസംഘം അമ്മയാനയെ ഓടിക്കാൻ ശ്രമിച്ചു. അവൾ

അവർക്കുനേരെ കുതിച്ചുചെന്നു. ഒടുവിൽ തോറ്റുമടങ്ങി.

ഏറെത്താമസിയാതെ..... സംഘം ഉണർന്നു പ്രവർത്തിച്ചു. താപ്പാനകൾ, കൂറ്റൻ യന്ത്രങ്ങൾ, വൈദ്യുതദീപങ്ങൾ എല്ലാം സജ്ജമായി.

കുടുക്കിട്ട വടത്തിനാൽ ഒരാൾ ഗജേഷിന്റെ അരികിലെത്തി. മണ്ണുമാന്തിയന്ത്രത്താൽ കിണറിന്റെ വശങ്ങൾ പതിയെ ഇടിച്ചു താഴ്ത്തി. സമർത്ഥനായ പാപ്പാൻ ആനക്കുട്ടിയുടെ കഴുത്തിൽ വടം എറിഞ്ഞ് കുടുക്കി.

കയറിന്റെ മറുതല രണ്ട് താപ്പാനകൾ വലിച്ചു പിടിച്ചു. ഇമ ചിമ്മാതെ ജനം ഈ ദൃശ്യങ്ങൾ നോക്കി ശ്വാസം പിടിച്ചുനിന്നു.

തെല്ലകലെ ഒരു കുറ്റിക്കാട്ടിൽ രണ്ട് കണ്ണുകൾ ഇതെല്ലാം നോക്കി നിന്നിരുന്നു. ചെളിയും മണ്ണും പുരണ്ട്, തളർന്നവശനായി, കരഞ്ഞ്, തളർന്നു കയറിവരുന്ന ഓമനപ്പുത്രനെക്കണ്ട് ഗജിനി ഉറക്കെ ചിന്നം വിളിച്ചുകൊണ്ട് ഓടിയെത്തി.

അപ്രതീക്ഷിതമായ ആ വരവ് കാഴ്ചക്കാരെ ഭയചകിതരാക്കി..

തന്റെ പൊന്നോമനയെ കെട്ടിപ്പുണർന്നുകൊണ്ട് ഗജിനി പാറപോലെ ഉറച്ചുനിന്നു.

അധികൃതർ കുഴപ്പത്തിലായി. എന്തുചെയ്യും? അവർ കൂടിയാലോചിച്ചു.

ഒടുവിൽ അവർ ആ കുട്ടിക്കുറുമ്പനെ സ്വതന്ത്രനാക്കാൻ തീരുമാനിച്ചു.

വടവും ചങ്ങലയുമഴിച്ച് ബന്ധനങ്ങളില്ലാത്ത ലോകത്തേക്ക് ആ കുട്ടിക്കുറുമ്പനെ സ്വതന്ത്രനാക്കി.

നന്ദിയോടെ, സ്നേഹത്തോടെ, ആശ്വാസത്തോടെ, ആ അമ്മ, തന്റെ കുഞ്ഞിനെ ചേർത്തുപിടിച്ച് നടന്നു നീങ്ങി... അമ്മയേക്കാൾ വലിയ നന്മയുണ്ടോ?

അഭിനു

അഭിനുവും വിബിനുവും സുബിനുവും ചങ്ങാതിമാരായ കാറുകളാണ്. കൂട്ടത്തിൽ വേഗതയും കരുത്തുമുള്ള സ്പോർട്സ് കാറാണ് 'വിബിനു.' വേഗക്കാരനാണു താനെന്ന ഗമ വേണ്ടുവോളമുള്ള അവന് മറ്റു കാറുകളെ പുച്ഛമാണ്.

വിദേശിയായ സുബിനു ഒരു പൊങ്ങച്ചക്കാരനാണ്. പണത്തിന്റെ അഹങ്കാരവും സൂത്രപ്പണികളും അവനുണ്ട്. പാവം 'അഭിനു', അവന് പകിട്ടും പത്രാസുമില്ല. സാധാരണ ഒരു ഇന്ത്യാക്കാരൻ.

ഒരുദിവസം അവർ ഒരു ഓട്ടപ്പന്തയം വച്ചു. മൂവാറ്റുപുഴ മുതൽ മൂന്നാറുവരെ ആദ്യഘട്ടം. അവിടെനിന്നും മധുരയ്ക്ക് രണ്ടാംഘട്ടം. തിരിച്ച് മൂന്നാറിലെത്തിയാൽ പന്തയം പൂർത്തിയാകും.

അതിരാവിലെതന്നെ വയറുനിറച്ചു പെട്രോളും അടിച്ച് കാറുകൾ തയ്യാറായി. ഓട്ടം ആരംഭിച്ചു. വിബിനു കുതിച്ചുപാഞ്ഞു. പുറകെ സുബിനുവും. സാവധാനത്തിൽ അഭിനുവും. ചുരുങ്ങിയ സമയംകൊണ്ട് വിബിനു മൂന്നാറിലെത്തി. പുറകെ സുബിനുവും അഭിനുവും...

രണ്ടാംഘട്ടം കഴിഞ്ഞ് വിബിനു മധുരയിൽനിന്ന് പുറപ്പെട്ടു. സുബിനു ഒപ്പത്തിനൊപ്പമുണ്ട്. പാവം അഭിനു അവൻ കിത

ച്ച്, പുറകെയെത്താൻ പാടുപെടുന്നു. വഴിക്കുവച്ച്.. വിബിനുവിന്റെ വേഗത കുറഞ്ഞ് പെട്ടെന്ന് നിന്നു.. "അയ്യോ പെട്രോൾ തീർന്നു. ആരോ ഊറ്റിയതാണ്. ഇനി ഞാനെന്തു ചെയ്യും," വിബിനു ഉറക്കെ വിലപിച്ചു.

"ഹ!ഹ!ഹ!ഹ! എടാ... വിബിനു അവിടെക്കിട.... ഞാനാണ് നിന്റെ പെട്രോൾ ഊറ്റിയത്.." അതുവഴി വന്ന സുബിനു ഉറക്കെച്ചിരിച്ചു.

"അയ്യോ! കഷ്ടം ..ഈ പെരുവഴിയിൽ എന്നെ ഉപേക്ഷിച്ച് പോവല്ലേ... സുബിനു..കുറച്ചു പെട്രോൾ തരൂ. ഞാൻ മത്സരം നിർത്തി പിന്മാറാം"

"വേണ്ട, വേണ്ട.. ഇത്തവണത്തെ ചാമ്പ്യൻ ഞാനാണ്.... നീ ഇവിടെ വിശ്രമിച്ചോടാ.. മോനെ.."

സമയം കടന്നുപോയി.. കുറെനേരം കഴിഞ്ഞപ്പോൾ അഭിനു അവിടെയെത്തി. നല്ലവനായ ആ കാറ് തന്റെ ടാങ്കിൽ നിന്നും പകുതി ഇന്ധനം വിബിനുവിന് കൊടുത്തു.

"ഏയ് വിബിനു വേഗം പൊക്കോ. ആ ചതിയനെ ജയിച്ചു മുന്നേറാൻ അനുവദിക്കരുത്. ഞാൻ ഏതായാലും ജയിക്കില്ല. നീ വേഗം പൊക്കോളു."

സന്തോഷത്തോടെ വിബിനു കുതിച്ചുപാഞ്ഞു. ഗിയറുകൾ മാറി മാറിയിട്ട് ആ സ്പോർട്സ് കാർ തന്റെ മുഴുവൻ കരുത്തോടെ മുന്നേറി.

ഒരു മൂളിപ്പാട്ടുമായി...- താൻ ഒന്നാമനാകുന്നത് സ്വപ്നം കണ്ട്, സുബിനു സാവധാനം ഓടി.

പെട്ടെന്നൊരു ഹോൺ കേട്ട് അവൻ ഞെട്ടി.. ങേ! വിബിനു. അയ്യോ! ഇവനെങ്ങിനെ വന്നു. സുബിനു വേഗത കൂട്ടി. വിബിനുവുണ്ടോ വിടുന്നു? അവൻ പിന്നാലെ കുതിച്ചെത്തി.

ഒടുവിൽ സുബിനുവിനെ വളരെ ദൂരം പിന്നിലാക്കി വിബിനു കാറോട്ടചാമ്പ്യനായി. മത്സരത്തിൽ ചതിപ്രയോഗം നടത്തിയ സുബിനുവിനെ അയോഗ്യനാക്കി പുറത്തുവിട്ടു.

നല്ലവനായ 'അഭിനു' വിന് രണ്ടാംസ്ഥാനവും. കൈ നിറയെ സമ്മാനങ്ങളും. അഹങ്കാരം വെടിഞ്ഞ് വിബിനു അഭിനുവിന് ഒട്ടേറെ സമ്മാനങ്ങൾ വേറെയും നല്കി. കൂടാതെ അവന്റെ പ്രിയപ്പെട്ട ചങ്ങാതി സ്ഥാനവും. സുബിനു നാണിച്ച് അവരോട് ക്ഷമ പറഞ്ഞു. അവർ മൂവരും നല്ല കൂട്ടുകാരായി ജീവിച്ചു.

ഡോക്ടർ വനരാജ് മങ്കി
എം ബി ബി എസ്

ആൽത്തറയ്ക്ക് സമീപമാണ് ആ ബോർഡ് പ്രത്യക്ഷമായത്. ഡോ. വനരാജ് മങ്കി എം ബി ബി എസ്. കാനനശ്രീ മരഞ്ചേഷ് നടത്തുന്ന ക്ലിനിക്കിൽനിന്നും പിരിഞ്ഞുപോന്ന വനരാജിന്റെ നേതൃത്വത്തിലാണ് ആ സ്ഥാപനം ആരംഭിച്ചത്.

ബ്യൂട്ടിപാർലറിനുപുറമെ, അത്യാവശ്യം മുറിവൈദ്യവും അവിടെ നടത്തിപ്പോന്നു. ക്ലിനിക്ക് ജീവനക്കാരനായിരുന്ന താൻ ഒരു പകുതി ഡോക്ടറാണെന്നാണ് വനരാജിന്റെ ഭാഷ്യം.

"ആവശ്യക്കാർക്ക് ഏതു ചികിത്സയും ഇവിടെ നടത്താം" എന്ന് അയാൾ ഉറക്കെ പ്രഖ്യാപിച്ചു.

" കുറഞ്ഞ ചെലവിൽ കൂടിയ സൗന്ദര്യം, വരൂ സുന്ദരന്മാരും സുന്ദരിമാരുമായിത്തീരാം."

ഈ പരസ്യത്തിൽ വീണ് അനേകംപേർ അവിടെയെത്തി, വാലും തലയും മിനുക്കി മടങ്ങി.

നഖങ്ങളും പല്ലും മൂർച്ചകൂട്ടാൻ, മുടിവെട്ടാൻ, മുഖംമിനുക്കാൻ, മീശയും പുരികവും അലങ്കരിക്കാൻ, പേൻ താരൻ ഇവ അകറ്റാൻ, എന്തിന് പല്ലുപറിയ്ക്കാൻ വരെ മൃഗക്കൂട്ടം മത്സരിച്ചെത്തി.

ഇതുമാത്രം പോരാ. ചികിത്സയ്ക്കുകൂടി ആളുകൾ വരണം എന്നതായിരുന്നു വനരാജിന്റെ മോഹം. തന്നെ ഇപ്പോഴും വെറും

MBBS

ബ്യൂട്ടീഷ്യൻ മാത്രമായാണ്, മൃഗങ്ങൾ കാണുന്നത്. അത് പോര.. താൻ അറിയപ്പെടുന്ന ഡോക്ടറായി പേരെടുക്കണം. വനരാജ് അതിനായി മോഹിച്ചു..

ഒരുദിവസം കാട്ടുപോത്തുകളുടെ നേതാവായ ഹുങ്കൻ അവിടെയെത്തി. "ഏയ് ഡോക്ടറേ ആനകളെക്കാൾ ഒട്ടും മോശക്കാരല്ല ഞങ്ങൾ. പക്ഷേ, കൊമ്പുമാത്രം മോശമാണ്. താൻ എനിക്ക് വെളുത്തു മിനുമിനുത്ത മൂർച്ചയേറിയ രണ്ട് കൊമ്പുകൾ വച്ച് പിടിപ്പിക്കണം. എന്താ പറ്റുമോ?

അപ്രതീക്ഷിതമായ ആവശ്യം ഡോക്ടറെ ചിന്തിപ്പിച്ചു....

"ങാ, ശരി രണ്ടുദിവസം കഴിഞ്ഞുവരൂ നോക്കാം" വനരാജ് പറഞ്ഞു.

കുറച്ചുസമയം കഴിഞ്ഞപ്പോൾ സിംഹരാജൻ അവിടെയെത്തി. "ഡോക്ടർ വല്ലാത്ത പല്ലുവേദന, കടുത്ത വായ്നാറ്റവും" എന്തുചെയ്യും ഡോക്ടർ കുഴങ്ങി. സിഹത്തിന്റെ വായിൽ എങ്ങനെ കൈയിടും, പോരെങ്കിൽ കഠിനമായ ദുർഗ്ഗന്ധവും..

പല്ലുപറക്കുമ്പോൾ വേദന അറിയാതിരിക്കാനുള്ള മരുന്ന് പത്തിരട്ടി ഡോസിൽ സിംഹച്ചാർക്കു കുത്തിവച്ചു. ഹാവു കഷ്ടിച്ച് മയക്കമായി. പിന്നെ അമാന്തിച്ചില്ല. ചവണയെടുത്ത് പല്ല് പറിക്കാൻ റെഡിയായി. അയ്യോ! എല്ലാം മറന്നു ഏതു പല്ലിനാണ് വേദന ചോദിക്കാൻ മറന്നു.

എന്തും വരട്ടെ, സിംഹച്ചാരുടെ പല്ലെല്ലാം പറിക്കുക. വാപൊളിച്ച ശേഷം ശക്തിയേറിയ മൂട്ടമരുന്ന് സ്പ്രേ ചെയ്തു. വായ്നാറ്റത്തിനേക്കാൾ ഭേദമാണ്. ധൈര്യപൂർവ്വം.. ഒന്ന്, രണ്ട്, മൂന്ന് പല്ലുകളെല്ലാം പറിച്ചു. കക്ഷി നല്ല ഉറക്കമാണ്. ബ്യൂട്ടിപാർലറല്ലേ നഖം കൂടി വെട്ടിയേക്കാം. ഡോക്ടർ നഖങ്ങൾ അറക്കവാളിനാൽ മുറിച്ചെടുത്തു.

ബ്യൂട്ടീഷന്റെ കടമയാണ് ഹെയർഡ്രസ്സിങ്. സിംഹരാജന്റെ മുടി നന്നായി വെട്ടിയിട്ടുതന്നെ കാര്യം. കുളിപ്പിച്ച് കുളിപ്പിച്ച് എന്നപോലെ. വെട്ടി വെട്ടി പാവം മൊട്ടത്തലയായ് മാറി. താടി ഏതായാലും ക്ലീൻഷേവ് ചെയ്യാം. രാജാവ് സുന്ദരനായിക്കോട്ടെ.

അങ്ങനെ പല്ലുകൾ പറിച്ചും മുഖവും തലയും മിനുക്കിയും നഖം വെട്ടിയും സിംഹരാജന്റെ രൂപം ശരിക്കു മാറ്റിയെടു

ത്തു. പാവം ശാന്തമായി ഉറങ്ങിക്കോട്ടെ.

ബ്യൂട്ടിപാർലറിലെ മുറിയിൽ സർവ്വം മറന്നുറങ്ങിയ രാജാവ് രാവിലെ വൈകിയാണ് പതുക്കെ ഉണർന്നത്. കണ്ണുതിരുമ്മി നോക്കിയ സിംഹം ഉറക്കെ വിളിച്ചു."അമ്മേ..." കണ്ണാടിയിൽ ഇതാ തന്റെ അമ്മ.. "അമ്മേ..." രാജാവ് വിളിച്ചു. രൂപവും അത നുകരിച്ചു.

ശബ്ദംകേട്ട് മൃഗങ്ങൾ ഓടിക്കൂടി. ഏതാണീ വൃദ്ധയായ സിംഹി. രാജമാതാവ് കാടുനീങ്ങിയതാണല്ലോ? മഹാരാജാവ് എവിടെ? മൃഗങ്ങൾ കുശുകുശുത്തു.

പല്ലില്ലാത്ത മോണകാട്ടി സിംഹം പറഞ്ഞു. "എടാ.. ഞാൻ തന്നെയാണ് രാജാവ്. ഈ കള്ളഡോക്ടർ എന്നെ ഈ പരുവ ത്തിലാക്കി. വെറുതെ വിടരുതവനെ."

പിന്നെ അവിടെ നടന്നത് ഗംഭീരമായ ശിങ്കാരിമേളം തന്നെ യായിരുന്നു. മൃഗസംഘം നയിച്ച ആൽത്തറമേളം.

പാവം സിംഹം അന്ന് തലയിൽ മുണ്ടിട്ട് ഗുഹയിലേക്കോടി.

ഡോക്ടറെ കാനനസൂപ്പർസ്പെഷ്യാലിറ്റി ഹോസ്പിറ്റലിൽ നിയ മിച്ചു. ഡോക്ടറായല്ല അത്യാഹിത വിഭാഗത്തിലെ രോഗി യായിട്ട്.

"ഭാഗ്യം എന്റെ കൊമ്പ് രക്ഷപ്പെട്ടു." ഹുങ്കൻ കാട്ടുപോത്ത് നെടുവീർപ്പിട്ടു.

മിസ് കാനന

ഈവർഷത്തെ മിസ് കാനന സൗന്ദര്യമത്സരം അടുത്ത ഞായറാഴ്ചയാണ്. വനസുന്ദരിമാർ തങ്ങളാലാവും വിധം അണിഞ്ഞൊരുങ്ങി. ഗിഞ്ചി കാട്ടെരുമ സുന്ദരി.. നാട്ടിലുള്ള ബന്ധുമുഖാന്തരം എത്തിച്ച പെർഫ്യൂമും ക്രീമുകളും വാരിത്തേച്ചു. കൊമ്പും കുളമ്പും പോളിഷ് ചെയ്തു.

മറ്റ് സുന്ദരിമാരും ഒട്ടും മോശമല്ല. വാലുചീകി മെടഞ്ഞു കെട്ടി... ചുണ്ടുകളിൽ ചായംതേച്ച് ചുവപ്പുനിറമാക്കി.

എന്നാൽ നമ്മുടെ മിന്നുപ്പിടിയാനമാത്രം പ്രത്യേകിച്ചു യാതൊരു തയ്യാറെടുപ്പും നടത്തിയില്ല. അവൾ പതിവുപോലെ നടന്നു.

മത്സരദിവസം വന്നു. ഗിഞ്ചി പൗഡറിൽ മുങ്ങിക്കുളിച്ചാണ് വരവ്. ഒരു നാടൻ പശുവിനെപ്പോലെ ദേഹം വെളുത്തിരിക്കുന്നു. കൊമ്പുകളും കുളമ്പുകളും ചായത്തിൽ മുക്കിയിരിക്കുന്നു.

സുന്ദരിമാർ ഓരോരുത്തരായി അണിനിരന്നു. ഓരോ റൗണ്ട് കഴിയുമ്പോഴും എണ്ണം കുറഞ്ഞുകുറഞ്ഞു ഒടുക്കം ഏഴുപേരായി. നാലുതവണ മിസ് കാനനപ്പട്ടം ചൂടിയ മിന്നുവും ഗിഞ്ചിയുമാണ് പ്രധാന മത്സരാർത്ഥികൾ. പിങ്കി മാൻപേടയുമുണ്ട് തൊട്ടുപിന്നിൽ. അവർ മൂന്നുപേർക്കുംവേണ്ടി ആരാധകർ ജയാരവം മുഴക്കി. ഗിഞ്ചിക്ക് സ്വന്തമായി ഒരു

ബ്യൂട്ടീഷൻ എപ്പോഴും കൂടെയുണ്ട്. നാലിഞ്ചു കനത്തിൽ പൗഡറും ക്രീമും കൂട്ടിക്കുഴച്ച് ഇടയ്ക്കിടെ ദേഹമാകെ തേച്ചുപിടിപ്പിക്കും.

അവസാന റൗണ്ടിൽ മിന്നു, പിങ്കി, ഗിഞ്ചി എന്നിവർ മാത്രമായി. പെട്ടെന്ന് ആരും പ്രതീക്ഷിക്കാതെ അതിശക്തമായ മഴപെയ്തു.

പിങ്കിയുടെ ദേഹമാകെ നനഞ്ഞൊട്ടി. ഗിഞ്ചിയുടെ ചായമെല്ലാം... കലങ്ങിയൊലിച്ചുപോയി.

മിന്നുവിന്റെ ദേഹം മഴനനഞ്ഞപ്പോൾ കൂടുതൽ സുന്ദരമായി മാറി. എണ്ണക്കറുപ്പിന്റെ ഏഴഴകിൽ അവൾ മിന്നി.

ഒരു സംശയവും കൂടാതെ വിധികർത്താക്കൾ പ്രഖ്യാപിച്ചു-എതിരാളികളെ ബഹുദൂരം പിന്നിലാക്കി മിന്നുപ്പിടിയാന മിസ് കാനനയായി തെരഞ്ഞെടുക്കപ്പെട്ടിരിക്കുന്നു.

കലർപ്പില്ലാത്ത സൗന്ദര്യത്തിന് മാത്രമേ നിലനില്പുള്ളൂ എന്ന് മറ്റു സുന്ദരിമാരെ ബോദ്ധ്യപ്പെടുത്തി-മിന്നു വിനയത്തോടെ കാനന സൗന്ദര്യ റാണിപ്പട്ടം ഏറ്റുവാങ്ങി.

കാനന സൂപ്പർലീഗ്

ചില്ലിമുളങ്കാട് ആദ്യമായാണ് ഇത്ര വലിയൊരു കായിക മാമാങ്ക ത്തിന് വേദിയാകുന്നത്. നാട്ടുമൃഗങ്ങളുടെ സഹായ ത്തോടെ വനരാജാ മൈതാനിയിൽ ഒരുമാസക്കാലം നീണ്ടു നില്ക്കുന്ന കാനന സൂപ്പർലീഗ് ക്രിക്കറ്റ് മത്സരത്തിന് ആരംഭം കുറിക്കുകയാണ്.

ചിമ്പാൻസികൾ അണിനിരക്കുന്ന മർക്കട സൂപ്പർ കോപ് സും, കരടികൾ നയിക്കുന്ന ഫോറസ്റ്റ് ബെയർ ഡെവിൾസും ആണ് പ്രധാന ടീമുകൾ.

മത്സര സമയമടുത്തിട്ടും നാട്ടിൽനിന്ന് വരാനുള്ള ക്രിക്കറ്റ് കിറ്റ് എത്തിയില്ല. കാണികളെക്കൊണ്ട് നിറഞ്ഞ സ്റ്റേഡിയത്തിൽ എത്തിയ കളിക്കാർ വലഞ്ഞു.

ഒടുവിൽ നാടൻ ക്രിക്കറ്റിന്റെ മാതൃകയിൽ പനമടൽ ചെത്തിമിനുക്കി ബാറ്റുകൾ തയ്യാറാക്കി. പനന്തേങ്ങകൾ പന്തിനുപകരം ഉപയോഗിക്കാനും തീരുമാനിച്ചു.

മധുരക്കരിമ്പുകൾകൊണ്ടാണ് സ്റ്റമ്പുകൾ തയ്യാറാക്കിയത്.

ടോസ്നേടിയ സൂപ്പർ കോപ്സ് ഡെവിൾസ് ടീമിനെ ബാറ്റിങ്ങിനയച്ചു. മർക്കട സിങ് മങ്കി എറിഞ്ഞ ആദ്യ പന്ത് ഡംഭേന്ദ്രൻ കരടി പൊക്കിയടിച്ചു. സിക്സർ... അമ്പയർ ഗജേഷ് ചതോപാദ്ധ്യായ മുൻകാലുകൾ ഉയർത്തി പ്രഖ്യാപിച്ചു.